普通高等教育"十一五"国家级规划教材

普通高等教育精品教材

国家外语非通用语种本科人才培养基地教材

泰语教程

（修订本）

หนังสือเรียนภาษาไทย

第二册

เล่ม ๒

潘德鼎　编著

北京大学出版社
PEKING UNIVERSITY PRESS

图书在版编目（CIP）数据

泰语教程. 第 2 册 / 潘德鼎编著. —2 版（修订本）. —北京：北京大学出版社，2012.8

ISBN 978-7-301-18826-2

Ⅰ. 泰… Ⅱ. 潘… Ⅲ. 泰语—高等学校—教材 Ⅳ. H412

中国版本图书馆 CIP 数据核字（2011）第 047217 号

书　　　名：泰语教程（修订本）第二册
著作责任者：潘德鼎　编著
责 任 编 辑：杜若明
标 准 书 号：ISBN 978-7-301-18826-2/H·2820
出 版 发 行：北京大学出版社
地　　　址：北京市海淀区成府路 205 号　100871
网　　　址：http://www.pup.cn
电　　　话：邮购部 62752015　发行部 62750672　编辑部 62753374　出版部 62754962
电 子 邮 箱：zpup@pup.pku.edu.cn
印　刷　者：北京虎彩文化传播有限公司
经　销　者：新华书店
　　　　　　787 毫米×1092 毫米　16 开本　15 印张　270 千字
　　　　　　2004 年 9 月第 1 版
　　　　　　2012 年 8 月第 2 版　2024 年 8 月第 6 次印刷
定　　　价：35.00 元（含 MP3 盘 1 张）

未经许可，不得以任何方式复制或抄袭本书之部分或全部内容。
版权所有，侵权必究　举报电话：010-62752024
　　　　　　　　　　电子邮箱：fd@pup.pku.edu.cn

目 录

编者说明 ······ III

บทที่ ๑ อาหารการกิน ······ 1

บทที่ ๒ ดินฟ้าอากาศ ······ 17

บทที่ ๓ ที่ทำการไปรษณีย์ ······ 31

บทที่ ๔ โดยสารรถ ······ 45

บทที่ ๕ ถามทาง ······ 64

บทที่ ๖ พูดโทรศัพท์ ······ 82

บทที่ ๗ แนะนำให้รู้จัก ······ 98

บทที่ ๘ ชอบรสเผ็ด ······ 113

บทที่ ๙ สภาพการเรียน ······ 126

บทที่ ๑๐ ยานพาหนะที่กรุงเทพฯ ······ 139

บทที่ ๑๑ งานอดิเรก ······ 154

บทที่ ๑๒ เมขลากับรามสูร ······ 168

บทที่ ๑๓ ลอยกระทง ······ 180

บทที่ ๑๔ ร้านค้าต่าง ๆ ในกรุงเทพฯ ······ 195

词汇表 ······ 211

i

编者说明

《泰语教程》修订本是在1989年出版的《泰语基础教程》和2004年出版的《泰语教程》基础上经过进一步的修改和补充出版的。这部教材的编写理念是使教材尽量符合中国学生学习泰语的需要，便于解决中国学生学习泰语中遇到的困难和问题，帮助学生通过两年的学习达到北京大学泰语专业教学计划中规定的各项指标。

为了能编写出符合上述理念的教材，我们在总结北京大学泰语专业几十年来的教学经验和教训的基础上，对教材内容和编写方法进行了许多重大的改革和创新。

在语音教学方面，除了对汉语中不存在的音素从语音学的角度给学生讲解清楚并编写了有针对性的练习以外，还对汉语中有相似的、但与泰语又有差异因而学生容易发生偏差的音素，在教材中予以指明，并编写了大量练习。除此以外，我们还对如何区分泰语中特有的长、短音给予理论上的分析和指导，以便于学生正确掌握泰语长、短音。我们还将泰国小学教科书中的 [j]、[w] 尾音根据实际发音改成了以 [i]、[u] 收尾的复元音。这样做更符合语音学原理和泰语语音实际，也更符合泰语教学的需要，可以使学生从一开始就学到准确的语音。

由于泰语文字的拼读规则十分繁杂，几乎要到这些规则全部学完后（大约需用六周时间）才能拼读出一句完整的日常用语来，学生学习时十分枯燥。为了解决这个问题，同时也是为了让学生能正确掌握语流中的语音，使语音自然、流畅、不生硬，我们采用了学说话与学文字及拼读规则同时进行的方法。鉴于泰语的基本句法结构与汉语有很多相同之处，因此这种教学方法不会给学生的学习带来太大的困难。在尚不识字的情况下学说话，还能有利于开发学生通过耳朵学习外语和训练用外语思维的习惯。

在语法学习方面，中国学生学习泰语感到困难的地方主要集中在数量很多的虚词、与汉语不同的句子结构和词语搭配等几个方面。因此，我们认为没有必要在基础阶段的教学中系统地来讲解泰语语法，而应该把基础阶段有限的时间集中使用在解决学生的学习难点上。句型教学在这方面具有比较大的优势。我们将常用虚词、与汉语不同的句子结构和词语搭配等确定为选择句型的对象，然后为每个句型编写大量的例句和练习，让学生通过大量的练习体会每个句型所要表达的语义，争取学生在要表达这种语义时能“脱口而出”。我们在进行句型教学的同时，也注意到理解和交际两个方面，让学生在正确理解的基础上进行句型操练，在操练的同时引导学生注意所学句型在一定语境中的运用。

在词汇学习方面，学生感到困难的是很多虚词、虚词和实词中同义词近义词的辨析以及一些与汉语相似又有区别的词语。我们除了利用现有的研究成果（包括泰国语言学者研究的和我们自己长期积累的）外，对尚无现成研究成果的许多问题，尤其是中国学生学习泰语时遇到的特殊问题进行了大量和深入的研究，并将这些成果编写到这部教材中。为了便于学生掌握和运用，还编写了大量的、形式多样的练习。

本教材的前身《泰语基础教程》及《泰语教程》第一版得到了我国泰语教学工作者的认同。很多院校采用了这部教材并在教学中收到了较好的成效。也有一些院校在编写自己的教材中引用了其中的一些研究成果。本次修改和补充除了更新部分素材外，又对某些尚有欠缺的讲解进行了补充或修改，以期使这部教程更趋完善。

《泰语基础教程》以及《泰语教程》的第一版和修订本在编写和修改的过程中，得到了泰国专家西提差（อาจารย์สิทธิชัย สงฆรักษ์）老师的很大帮助，也得到了其他许多泰国朋友如 อาจารย์กนกพร นุ่มทอง อาจารย์ธิติ มานิตยกุล 等的帮助，同时还得到了北京大学泰语专业裴晓睿教授、薄文泽教授、傅增有教授、任一雄教授和万悦容讲师等的支持和协助。在此向他们表示由衷的感谢。

《泰语教程》修订本的出版得到了北京大学教材建设委员会、北京大学教育部特色专业亚非语种群、北京大学国家外语非通用语种本科人才培养基地以及北京大学出版社的支持或资助，在此也向他们致以真诚的谢意！

编　者

บทที่ ๑ อาหารการกิน

รูปประโยคและการใช้คำ

๑. ยัง....ไม่...., ...ยังไม่.... 相当于汉语中的"还没（有）+ 动补结构"。要注意两种语言结构上的区别。

ตัวอย่าง ๑ ก.ทำเสร็จแล้ว แต่ข.ยังทำไม่เสร็จ(ข.ทำยังไม่เสร็จ)
หนังสือเล่มนี้ฉันอ่าน ๒ วันแล้ว แต่ยังอ่านไม่จบ(อ่านยังไม่จบ)
ฉันคิดนานแล้ว ยังคิดไม่ออก(คิดยังไม่ออก)

แบบฝึกหัด จงใช้วลีที่ให้ไว้แต่งประโยคปฏิเสธตามตัวอย่าง (仿照例句用所给小句组成否定句。)

ตัวอย่าง: เวลาหมดแล้ว, ฉันทำเสร็จ
— เวลาหมดแล้ว ฉันยังทำไม่เสร็จ(ฉันทำยังไม่เสร็จ)

๑) ฉันหาแล้วทุกห้อง, ฉันหาพบ
๒) หนังสือเล่มนี้หนามาก, ๓ วันอ่านจบ
๓) ฉันท่องบทเรียน ๒ ชั่วโมง, ฉันท่องได้
๔) ฉันหัดร้องเพลงนี้ครึ่งชั่วโมง, ฉันร้องเป็น
๕) เขากินเกือบชั่วโมงแล้ว, กินเสร็จ
๖) ประโยคนี้ยาก ฉันหัดพูด ๑๐ นาที, ฉันพูดคล่อง
๗) ฉันซัก ๓ ครั้ง, รอยเปื้อนซักออก
๘) ลานใหญ่มาก, ครึ่งชั่วโมงกวาดเสร็จ

๙) เขาแปลเสร็จแล้ว, ฉันแปลเสร็จ
๑๐) คนอื่นมาถึงแล้ว, เขามาถึง

ตัวอย่าง ๒ การบ้านเธอทำเสร็จหรือยัง
- เสร็จแล้ว
- ยัง (ยังทำไม่เสร็จ, ทำยังไม่เสร็จ)
เธอคิดออกหรือยัง
- คิดออกแล้ว
- ยัง (ยังคิดไม่ออก, คิดยังไม่ออก)

แบบฝึกหัด จงตอบคำถามต่อไปนี้ตามตัวอย่าง （仿照例句回答下列问题。）

๑) (หนังสือเล่มนี้)เธออ่านจบหรือยัง
๒) เธอ(กิน)อิ่มหรือยัง
๓) เธอจัดห้องเสร็จหรือยัง
๔) เขาเตรียมดีหรือยัง
๕) มากันครบหรือยัง
๖) คำเหล่านี้จำได้หรือยัง
๗) เพลงนี้ร้องเป็นหรือยัง
๘) ปัญหานี้แก้ตกหรือยัง

สนทนา (คุยกันระหว่างเพื่อนนักศึกษา)

- ถึงเวลากินข้าวแล้ว การบ้านทำเสร็จหรือยัง
- ยังทำไม่เสร็จ
- ไปกินข้าวก่อนเถอะ กินเสร็จแล้วค่อยทำต่อก็ได้
- ก็ดีเหมือนกัน

บทที่ ๑   อาหารการกิน

๒. ลอง....ดูซิ   试一试，试试看，……看。

ตัวอย่าง   ลองชิมดูซิ
ลองทำดูซิ

แบบฝึกหัด   จงเติมช่องว่างให้ได้ความตามตัวอย่าง (仿照例句填空。)

๑) ....อ่าน........ซิ
๒) ....พูด........ซิ
๓) ....เขียน........ซิ
๔) ....แปล........ซิ
๕) ....ฟัง........ซิ
๖) ....เปิด........ซิ
๗) ....ร้อง........ซิ
๘) ....สวม........ซิ

สนทนา   (คุยกันระหว่างหวางหงกับหยางลี่)

หวางหง	วันนี้ลี่ซื้ออะไรกิน
หยางลี่	เกี๊ยว
หวางหง	อร่อยไหม
หยางลี่	อร่อย หงลองชิมดูซิ
หวางหง	อือ อร่อย

๓. แต่ละ....   "แต่ละ...." 与 "ทุก...." 意义相似，但又有区别。"ทุก...." 侧重于从整体上或共性上来看，所涉及的每个人、每件事或者人们在每个时间段里相同的行为或性质；而 "แต่ละ...." 则侧重于从个体上来看，所涉及的每个人、每件事或者人们在每个时间段里相同或不同的行为或性质。"แต่ละ...." 在汉语中除用 "每……" 或 "每一……" 来表达外，还可用量词重叠的形式来表达。在句子结构

上，"ทุก...."有时在谓语动词或形容词之前，有时在谓语动词或形容词之后，而"แต่ละ...."只能出现在谓语动词或形容词之前。

ตัวอย่าง ขยันกันทุกคน แต่ผลการสอบของแต่ละคนอาจไม่เหมือนกัน
แต่ละวัน มีคนไปเที่ยวอี๋เหอหยวนกันมาก ทุกคนชมว่า
อี๋เหอหยวนสวยมาก
ผู้แสดงแต่ละคนหน้าตาไม่เหมือนกัน แต่สวย ๆ กันทุกคน
วันนี้เป็นวันเด็ก เด็กแต่ละคนแต่งตัวสวย ๆ ทุกคนดูมี
ความสุขกันมาก
แต่ละบทมีจำนวนศัพท์ไม่เท่ากัน แต่มีศัพท์จำนวนมาก
เกือบทุกบท

แบบฝึกหัด ๑ จงใช้คำว่า "แต่ละ...." มาแทนคำว่า "ทุก...."ในประโยคต่อไปนี้และเปรียบเทียบดูว่าความหมายแตกต่างกันอย่างไรบ้าง（用"แต่ละ...."来替代下列句子中的"ทุก...."并比较两个句子在意义上有何区别。）

๑) หนังสือที่นี่มีค่ามากทุกเล่ม
๒) ทุกวันฉันจะอ่านหนังสือพิมพ์หลายฉบับ
๓) นักเรียนสุขภาพดีทุกคน
๔) ทุกวัน เราต้องเรียนหลายวิชา
๕) นักเรียนออกเสียงดีทุกคน
๖) เราทำได้สะอาดมากทุกครั้ง
๗) ทุกวัน คนไปใช้ห้องสมุดกันมาก
๘) เข้าเมืองทุกครั้ง ฉันต้องแวะไปเยี่ยมคุณอา

บทที่ ๑   อาหารการกิน

แบบฝึกหัด ๒   จงใช้ข้อความในวงเล็บท้ายประโยคเติมลงไปในประโยคให้ได้ความถูกต้อง และบอกว่าทำไมต้องใช้คำนั้น (将下列句子后括弧里的中文意思用泰文加到句中去，并且说明为什么要那样用。)

๑) วิชาไม่เหมือนกัน （每天）
๒) เราไปออกกำลังกายกัน （每天）
๓) วันนี้ต้องไปประชุมกัน （每个人）
๔) ความสูงต่ำไม่เท่ากัน （每个人）
๕) เด็ก ๆ แต่งตัวสวย ๆ （每个）
๖) เด็ก ๆ แต่งตัวไม่เหมือนกัน （每个）
๗) เด็ก ๆ แต่งตัวเหมือนกัน （每个）
๘) เด็ก ๆ ชอบดูหนังกัน （每个）
๙) เงินต้องใช้ให้เป็นประโยชน์ （每分钱）
๑๐) บทความเขียนได้ดี （每篇）

สนทนา   (คุยกันระหว่างหลี่เวย์กับจางจิ้ง)

จางจิ้ง   เล็กจะกินอะไร
หลี่เวย์   ข้าวกับหมูต้มเค็ม จิ้งล่ะ
จางจิ้ง   ไข่ผัดกุยช่าย
หลี่เวย์   หมูต้มเค็มวันนี้จืดไปหน่อย
จางจิ้ง   เติมซีอิ๊วหน่อยสิ
หลี่เวย์   อาหารหมู่นี้ไม่เลวนะ
จางจิ้ง   ใช่ แต่ละมื้อมีกับข้าวหลายอย่าง

๔. ....ด้วย....ด้วย   又……又……。

ตัวอย่าง   บทเรียนบทนี้ยากด้วยยาวด้วย
ดอกไม้ชนิดนี้สวยด้วยหอมด้วย

แบบฝึกหัด จงใช้คำที่ให้ไว้แต่งประโยค (用所给词或短语组成句子。)

๑) นักศึกษาคนนี้, ฉลาด, ขยัน
๒) วันนี้, หิมะตก, ลมแรง
๓) ภูเขาลูกนี้, สูง, ใหญ่
๔) นักเรียนคนนี้, รูปร่าง, เตี้ย, เล็ก
๕) แตงโมพันธุ์นี้, หวาน, กรอบ
๖) ห้องพักของเรา, สะอาด, เป็นระเบียบ
๗) เขาทำได้, ดี, เร็ว
๘) รองเท้าคู่นี้, สวย, ใช้ทน

สนทนา (คุยกันระหว่างฉางเฉียงกับเฉินชาง)

ฉางเฉียง ชางซื้อกับข้าวอะไร
เฉินชาง   ปลาเปรี้ยวหวาน เขี่ยงล่ะ
ฉางเฉียง ลูกชิ้นหมู
เฉินชาง   หมู่นี้ อาหารไม่เลวนะ
ฉางเฉียง อืม แต่ละมื้อมีกับข้าวหลายอย่าง อร่อยด้วยถูกด้วย

๕. ....จาก.... 从……。

ตัวอย่าง เขามาจากเซี่ยงไฮ้
เขาวิ่งมาจากหอพัก
นักเรียนเพิ่งกลับจากโรงเรียน

บทที่ ๑   อาหารการกิน

แบบฝึกหัด   จงใช้คำในวงเล็บเติมลงในช่องว่างของประโยคต่อไปนี้ให้สมบูรณ์
ตามตัวอย่าง (用括弧里的词仿照例句完成下列句子。)

๑) เขาวิ่งออกมา.......... (教室)
๒) เครื่องบินลำนี้บินมา.......... (广州)
๓) เขาเพิ่งกลับ.......... (家)
๔) เสื้อตัวนี้ซื้อมา.......... (东安市场)
๕) หนังสือเล่มนี้ซื้อมา.......... (新华书店)
๖) เขาได้รับจดหมาย..........ฉบับหนึ่ง (朋友)
๗) ฉันรู้ข่าวนี้.......... (报纸)
๘) ฉันยืมหนังสือ..........มา ๒ เล่ม (院图书馆)

สนทนา   (คุยกันระหว่างคนไทยที่มาเยือนกับนักศึกษา)

- นักศึกษาในชั้นเธอมาจากไหนบ้าง
- มาจากที่ต่าง ๆ ค่ะ บางคนมาจากเซี่ยงไฮ้ บางคนมาจากกวางเจา บางคนมาจากอีสาน
- เธอมาจากไหน
- ดิฉันบ้านอยู่ปักกิ่งค่ะ(ดิฉันเป็นชาวปักกิ่งค่ะ)

๖. ....หรือ   除了第一册学过的用法外，在有些场合还表示一种提议式的、商量式的语气。

ตัวอย่าง   ถึงเวลาแล้ว ไปกันหรือ
- ไป
- รอประเดี๋ยว

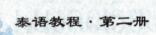

แบบฝึกหัด จงใช้คำและวลีที่ให้ไว้แต่งประโยคคำถามตามตัวอย่าง พร้อมทั้งตอบคำถามด้วย（用所给词或短语仿照例句造句并给以回答。）

๑) ถึงเวลากินข้าวแล้ว ไปกินข้าวกัน
๒) ถึงเวลาออกกำลังกายแล้ว ไปออกกำลังกายกัน
๓) ถึงเวลาพักแล้ว ไปเล่นกายบริหารกัน
๔) ถึงเวลาเรียนแล้ว ไปเรียนกัน
๕) ๓ ทุ่มแล้ว กลับ
๖) เที่ยงแล้ว ไปกินอะไรก่อน
๗) คืนนี้ว่าง ไปดูหนังกัน
๘) เลิกเรียนแล้ว ออกไปเดินเล่นกัน

สนทนา (คุยกันระหว่างเพื่อนนักศึกษา)

- การบ้านทำเสร็จแล้วหรือ
- เสร็จแล้ว เธอล่ะ
- ทำยังไม่เสร็จ
- ถึงเวลากินข้าวแล้ว ไปกินข้าวกันก่อนหรือ
- รอประเดี๋ยวนะ จวนเสร็จแล้ว

๗. .....เดียว "เดียว" 只能置于量词之后，含有 "仅此一个" 的意思，有时后面有 ".....เท่านั้น" （仅仅）与其配合。

ตัวอย่าง กินหมานโถวลูกเดียวก็พอ
ข้อความตอนนี้มีศัพท์ใหม่คำเดียวเท่านั้น

แบบฝึกหัด จงใช้คำว่า "หนึ่ง" กับ "เดียว" เติมลงในช่องว่างของประโยคต่อไปนี้ให้ได้ความถูกต้อง（用 "หนึ่ง" 或 "เดียว" 正确填空）

๑) ฉันอยากไปซื้อหนังสือเล่ม........
๒) ห้องนี้มีโต๊ะ........ตัว เก้าอี้ ๒ ตัว
๓) ห้องนี้มีโต๊ะตัว........เท่านั้น
๔) เรามากันสองคน แต่มีตั๋วใบ........ ทำไงดีล่ะ
๕) บท........ ๆ มีศัพท์เท่าไหร่
๖) เราชนะเขาคะแนน........เท่านั้น
๗) เธอรู้ไหมอาจารย์เรามีลูกกี่คน - มีคน........
๘) อาทิตย์นี้ฉายหนังกี่เรื่อง - เรื่อง........
๙) เขาขาดเรียนไปกี่ชั่วโมง - ....ชั่วโมง
๑๐) เธอกินชาม........พอหรือ

บทสนทนา

หลี่เวย์ การบ้านทำเสร็จหรือยัง
จางจิ้ง ยังทำไม่เสร็จ
หลี่เวย์ ถึงเวลากินข้าวแล้ว ไปกินข้าวกันก่อนหรือ
จางจิ้ง รออีกสักประเดี๋ยวนะ จวนเสร็จแล้ว
หลี่เวย์ เร็วหน่อยนะ

(ในโรงอาหาร)
จางจิ้ง เล็กจะกินอะไร ข้าวสวย บะหมี่หรือหมานโถว
หลี่เวย์ เราอยากกินเกี๊ยว เกี๊ยวมีไหม
จางจิ้ง ไม่มี มีซาลาเปา
หลี่เวย์ งั้นเรากินซาลาเปาก็ได้ จิ้งจะกินอะไร

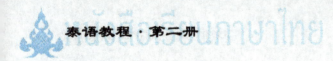

จางจิ้ง	จิ้งกินข้าวสวย

หลี่เวย์	กับข้าวมื้อนี้ไม่เลว มีหมูต้มเค็ม ปลาทอด มะระผัดลูกชิ้นหมู ไข่ไก่ผัดมะเขือเทศ มีแกงจืดด้วย เล็กจะเอาแกงจืดชาม

จางจิ้ง	จิ้งเอามะระผัดลูกชิ้นหมู

หลี่เวย์	แกงจืดนี่จืดไปหน่อย แต่ซาละเปาวันนี้อร่อยมาก จิ้งลองชิมดูซิ

จางจิ้ง	ไม่ละ จิ้งอิ่มแล้ว

หลี่เวย์	จิ้งกินน้อยไปหน่อย

จางจิ้ง	ไม่น้อยหรอก

หลี่เวย์	ข้าวสวยชามเดียวพอหรือ จิ้งสู้เราไม่ได้ เรากินซาละเปา๓ลูก แกงจืดหนึ่งชาม

จางจิ้ง	เล็กก็กินไม่มาก

หลี่เวย์	หมู่นี้อาหารไม่เลวนะ

จางจิ้ง	ใช่ แต่ละมื้อมีกับข้าวหลายอย่าง อร่อยด้วย ถูกด้วย

หลี่เวย์	แต่บางคนว่าไม่อร่อย

จางจิ้ง	นักศึกษาเรามาจากที่ต่างๆ ชอบรสต่างกัน จะให้รสถูกปากทุกคนนั้นไม่ใช่เรื่องง่าย ๆ หรอก

หลี่เวย์	ถูกแล้ว

แบบฝึกหัด

๑. จงออกเสียงให้ถูกต้อง(ต้องสนใจเป็นพิเศษกับเสียงสระ -อ เ-า -าว)

๑)	ขอ	เขา	ขาว	ก็	เก้า	ก้าว
	สอ	เสา	สาว	หอ	เหา	หาว
	ท้อ	เท้า	ท้าว	บ่อ	เบา	บ่าว

๒)	เข้าใจ	ทานข้าว	หาหมอ	เก้าอี้	ขอบคุณ
	ของดี	พวกเขา	ของเรา	เก้าสิบ	ก้าวหน้า
	ขอโทษ	บัวขาว	วันเสาร์	ลมหนาว	ภูเขา
	ข้าวสวย				

บทที่ ๑   อาหารการกิน

๒. จงออกเสียงคำต่อไปนี้ให้ถูกต้อง

    ห้า   หา   หาย   ให้   หัด

๓. จงแปลประโยคต่อไปนี้เป็นภาษาไทย

1. 熄灯时间到了，可我还没写完。
2. 找到了没有？—还没找到。
3. 你听听，声音录得好吗？
4. 来穿穿看，大小合适吗？（大小ขนาด）
5. 你有几本词典？—（就）一本。
6. 你买什么去？—买一本词典。
7. 教室里只有一个学生。
8. 一张票让进去一个人。
9. 天天都有许多人来参观（ชม）。
10. 每天的课程都不一样。
11. 每天他都来。
12. 我们每天都练习发音。

๔. จงบอกคำแยกประเภทของคำต่อไปนี้

    โต๊ะ -   กระดาษ -   นาฬิกา -
    ข้าวสวย -   หนังสือ -   ดินสอ -
    เครื่องบิน -   ห้องพัก -   ภาษา -
    ปากกา -   ทีวี -   คำศัพท์ -
    วิชา -   รองเท้า -   บทความ -
    กระติกน้ำร้อน - บทเรียน -   หนังสือพิมพ์ -
    ประโยค -   นักศึกษา -

๕. จงเล่าสภาพอาหารการกินในมหาวิทยาลัยให้ฟัง

๖. จงจดจำคำเกี่ยวกับอาหารการกินต่อไปนี้

รสต่าง ๆ

เค็ม	咸	จืด	淡
หวาน	甜	เปรี้ยว	酸
ขม	苦	เผ็ด	辣

เครื่องปรุงรสต่าง ๆ

เกลือ	盐	น้ำตาล	糖
น้ำส้ม(หรือน้ำส้มสายชู)	醋	(น้ำ)ซีอิ๊ว	酱油
น้ำปลา	鱼露	ผงชูรส	味精
น้ำพริก	辣椒酱		

อาหารต่าง ๆ

ข้าวสวย	米饭	ข้าวต้ม	粥；稀饭
โจ๊ก	（用碎米熬成的）粥	บะหมี่	面条
เกี๊ยว	饺子	ซาละเปา	包子
ขนมปัง	面包	ก๋วยเตี๋ยว	粿条，米粉

๗. จงอ่านและคัดข้อความต่อไปนี้

มหาวิทยาลัยเรามีโรงอาหารนักศึกษาหลายแห่ง เลิกเรียนแล้วเราก็ไปกินข้าวกันที่โรงอาหาร เราไม่ต้องเป็นห่วงในเรื่องอาหารการกิน นับว่าสะดวกมาก ทางมหาวิทยาลัยสนใจในเรื่องอาหารการกินของนักศึกษามาก พ่อครัวทำกับข้าวเก่ง แต่ละมื้อมีอาหารดี ๆ และถูกปากหลายอย่าง อาหารแต่ละวันไม่ซ้ำกัน

ศัพท์และวลี

ทำงาน	工作	อาหารการกิน	饭食，伙食

หนา	厚	รอย	痕迹
ลาน	院子	ออก	（表示分离或出现的趋向动词）
ครบ	齐		
แก้	解决	แก้ตก	解决了
ชิม	尝，品尝	เกี๊ยว	饺子
แต่ละ	每（一）……	ผล	结果；成绩
ความสุข	幸福	หน้าตา	长相，相貌
เด็ก	小孩	วันเด็ก	儿童节
แต่งตัว	打扮	เท่ากัน	相等
ค่า	价值	ฉบับ	份
เข้าเมือง	进城	แวะ	顺路，顺便
เงิน	钱	ประโยชน์ (ประ-โหยด)	利益，益处
เป็นประโยชน์	有益		
หมู	猪；猪肉	ต้ม	煮，烧，熬
เค็ม	咸	ต้มเค็ม	红烧
หมูต้มเค็ม	红烧肉	ไข่	蛋
ไก่	鸡	ไข่ไก่	鸡蛋
ผัด	炒	กุยช่าย	韭菜
เติม	添，加	ซีอิ๊ว	酱油
กับข้าว	菜肴	....ด้วย....ด้วย	又……又……
ชนิด	种，类	หอม	香
หิมะ	雪	แรง	有力，强劲；力量，力气
ลมแรง	风大	ภูเขา	山
ลูก	座（山的量词）	รูปร่าง	形体，个头
แตงโม	西瓜	พันธุ์	品种
หวาน	甜	กรอบ	脆
เป็นระเบียบ	整齐	ทน	结实，耐用
ใช้ทน	耐用，耐穿	เปรี้ยว	酸

ลูกชิ้น	丸子	ลำ	架；艘（量词）
ข่าว	消息	เยือน	访问
อีสาน	东北	เท่านั้น	只，仅仅
ข้อความ	（某一段）内容	ใบ	张（量词）
		ขาดเรียน	缺课
บะหมี่	面条	เกี๊ยว	饺子
ซาละเปา	包子（泰国人也称馒头为ซาละเปา)	ข้าวสวย	米饭
		ทอด	炸
		มะระ	苦瓜
มะเขือเทศ	西红柿	แกง	汤菜
จืด	淡	แกงจืด	（中国式的）菜汤
รส	滋味，味道	ถูกปาก	合口味
ขม	苦	เผ็ด	辣
เกลือ	盐	น้ำตาล	糖
น้ำส้ม	醋；橘子水	น้ำส้มสายชู	醋
น้ำปลา	鱼露	ผงชูรส	味精
น้ำพริก	辣椒酱	ข้าวต้ม	粥，稀饭
โจ๊ก	（用碎米熬成的）粥	ขนมปัง	面包
ก๋วยเตี๋ยว	粿条，米粉	พ่อครัว	厨师，炊事
ซ้ำ	重复		

บทอ่านประกอบ

"มานีดีใจไหม พรุ่งนี้จะได้ไปเที่ยวกรุงเทพฯแล้ว" มานะถามมานีในตอนเย็นวันศุกร์

"ดีใจซีคะ พี่มานะ พ่อแม่เราใจดีจังเลย" มานีตอบ

แล้วทั้งมานีและมานะก็เตรียมสิ่งของที่จำเป็นจะต้องเอาไปใช้ที่กรุงเทพฯตาม

บทที่ ๑ อาหารการกิน

ที่แม่สั่ง เช่น แปรง ยาสีฟัน เสื้อผ้า และของใช้อื่นๆ

ตอนกลางคืน แม่เตรียมของใส่กระเป๋าใบใหญ่ พ่อคุยกับมานะและมานี พ่อเอาแผนที่มาให้ลูกทั้งสองคนดู มานะชี้แผนที่และบอกมานีว่า กรุงเทพฯอยู่ตรงนี้ พ่อเล่าเรื่องกรุงเทพฯให้ฟัง และบอกว่าจะพาไปพักที่บ้านลุง

พ่อ แม่ มานะ และมานีออกเดินทางจากบ้านแต่เช้า แม่เอาปิ่นโตใส่อาหารไปด้วย เขาขึ้นรถยนต์ไปสถานีรถไฟ แล้วขึ้นรถไฟไปกรุงเทพฯ มานีชอบรถไฟมาก พ่อเล่าให้ฟังว่า แต่ก่อนรถไฟใช้ฟืน มานะชอบฟังเสียงรถไฟแล่น เวลารถไฟแล่นผ่านสะพาน มานะและมานีตกใจทุกที เพราะเสียงดังมาก

มานียืนที่หน้าต่างมองออกไปเห็นเหมือนแผ่นดินวิ่ง จึงบอกพ่อ พ่อบอกว่าแผ่นดินไม่ได้วิ่ง แต่เป็นเพราะรถไฟกำลังแล่น พ่อเตือนมานะและมานีไม่ให้ยื่นหัวหรือแขนออกนอกตัวรถ เพราะอาจได้รับอันตราย

รถไฟแล่นผ่านป่าไม้ ทุ่งนา คลอง แม่น้ำ และสวนหลายแห่ง ชาวนาและชาวสวนต่างก็ทำงานของตน ในแม่น้ำคนกำลังหาปลากันอยู่ทั่วไป

แม่เห็นว่าทั้งมานะและมานีกำลังสนใจกับไร่นาที่อยู่สองข้างทางรถไฟ จึงบอกกับลูกทั้งสองว่า เมืองไทยนี้น่าอยู่ ถ้าขยันก็จะมีกินมีใช้ เมืองไหนก็ไม่สบายเหมือนเมืองไทย

มานะเล่าว่า เขาอ่านหนังสือ มีบางตอนที่เขาชอบใจมาก จึงท่องจนจำได้ แล้วเขาก็ท่องให้ฟัง

"แผ่นดิน ผืนนี้ มีค่า ทำนา ทำไร่ ได้ผล
ทำสวน ก็ได้ ไม่จน อดทน ทำไว้ ใช้กิน
ในน้ำ มีกุ้ง ปูปลา จับหา มาได้ ทั้งสิ้น
เมืองไทย มีทรัพย์ ในดิน ได้ยิน เรื่องนี้ มานาน
นึกถึง บุญคุณ ปู่ย่า ช่วยกัน รักษา กล้าหาญ
พวกเรา จึงได้ เบิกบาน อยู่บ้าน เราได้ อย่างดี
ต้องฝึก ต้องเตรียม ตัวไว้ คนไทย ย่อมรู้ หน้าที่
ช่วยให้ ไทยอยู่ นานปี ได้มี ความสุข ทุกคน"

ศัพท์และวลีในบทอ่าน

กรุงเทพฯ	曼谷	ใจดี	心好，善良
จัง	=จริง	สิ่งของ	东西，物品
จำเป็น	必要	แปรง	刷子；牙刷
ยาสีฟัน	牙膏	แผนที่	地图
ออกเดินทาง	出发	ปิ่นโต	（手提的多层）饭盒
รถยนต์	汽车	สถานี	车站
แต่ก่อน	以前，过去	ฟืน	柴
แล่น	驶，奔驰	ผ่าน	经过
สะพาน	桥	ตกใจ	惊吓，吓一跳
แผ่นดิน	大地	เตือน	提醒
ยื่น	伸出	ตัวรถ	车身
ได้รับ	得到，受到	อันตราย	
ป่าไม้	森林	(อัน-ตะ-ราย)	危险
คลอง	河，溪，水渠	แม่น้ำ	江，河
ต่างก็....	（各自）	ตน	自身，自己
	都......	ทั่วไป	普遍，一般
เมือง	城；国家	ผืน	片，张（量词）
ผล	果实	จน	穷
อดทน	忍耐，坚韧	กุ้ง	虾
ปู	蟹	ทั้งสิ้น	一切，所有的
ทรัพย์	财富	ดิน	土地
บุญคุณ	恩惠	รักษา	保护，保卫
กล้าหาญ	勇敢	เบิกบาน	愉悦
ฝึก	练	ย่อม	必然
หน้าที่	义务		

16

บทที่ ๒   ดินฟ้าอากาศ

รูปประโยคและการใช้คำ

๑. การใช้คำวิเศษณ์บางคำ   几个程度副词的用法。

ตัวอย่าง
ไม่ดี	ไม่หนาว
ไม่ค่อยดี	ไม่ค่อยหนาว
ค่อนข้างดี	ค่อนข้างหนาว
ดี	หนาว
ดีมาก	หนาวมาก
ดีที่สุด	หนาวที่สุด

แบบฝึกหัด   จงใช้คำวิเศษณ์ในตัวอย่างตอบคำถามต่อไปนี้（用例句中的几个副词回答下列问题。）

๑) วันนี้ร้อนไหม   ๒) เขาเรียนดีไหม
๓) เขามาบ่อยไหม   ๔) เมื่อคืนลมแรงไหม
๕) ห้องนี้สะอาดไหม   ๖) กับข้าวมื้อนี้อร่อยไหม
๗) ปีที่แล้ว ที่ปักกิ่งฝนตกมากไหม
๘) ชีวิตในมหาวิทยาลัยสนุกไหม
๙) การเรียนช่วงนี้หนักไหม
๑๐) เสื้อตัวนี้แพงไหม

๒. **(กริยา)มาก(หรือวิเศษณ์คำอื่น) (กริยา)ไม่น้อย(หรือวิเศษณ์คำอื่น)** 泰语中大部分表示程度的状语置于谓语动词之后。如果这个动状结构反映使动者进行某个动作的能力时，可用“ได้”来连接（见第一册第十六课）；如果不强调能力而偏重于说明状态，就不必加“ได้”。还有些动状结构不涉及能力，只说明状态，则不能加“ได้”。我们在学习和使用时，要多加留意。

ตัวอย่าง ๑

๑) เขาพูดได้คล่อง - เขาพูดคล่อง
๒) จิ้งออกเสียงได้ชัด - จิ้งออกเสียงชัด
๓) ลี่จำได้แม่น - ลี่จำแม่น
๔) เขาจัดได้เรียบร้อย - เขาจัดเรียบร้อย
๕) ผมทานได้ไม่มากครับ - ผมทานไม่มากครับ
๖) หงสอบได้ดี - หงสอบดี
๗) เล็กซักได้สะอาด - เล็กซักสะอาด
๘) หงร้องเพลงได้เพราะ - หงร้องเพลงเพราะ

ตัวอย่าง ๒

๑) ปีนี้ฝนตกมาก
๒) ปีที่แล้วหิมะตกไม่น้อย
๓) อาหารวันนี้กินอร่อย
๔) เก้าอี้ตัวนี้นั่งสบาย
๕) ของพวกนี้ขายถูก
๖) เขาพูดน้อย แต่ทำมาก
๗) เขาผิดน้อย แต่ฉันผิดมาก
๘) ต้องแก้มากไหม - แก้ไม่มาก

สนทนา (คุยกันระหว่างเพื่อนนักศึกษา)

- ปักกิ่งหิมะตกมากไหม
- ไม่แน่ บางปีตกมาก บางปีตกน้อย
- หน้าร้อนฝนตกมากไหม
- ตกไม่น้อย

๓. ท่า....จะ...., ...ท่าจะ.... 根据征候作出估计。相当于汉语中的“看样子……”。

ตัวอย่าง ท่าฝนจะตก(ฝนท่าจะตก)
ท่าเขาจะรู้แล้ว(เขาท่าจะรู้แล้ว)

แบบฝึกหัด ๑ จงทำประโยค“ท่า....จะ....”ข้างล่างนี้เป็นประโยค “....ท่าจะ....”（将用 “ท่า....จะ....” 形式的句子改为用 “....ท่าจะ ....” 的形式。）

๑) ท่าเขาจะป่วย
๒) ท่าเขาจะติดธุระ
๓) ท่าเขาจะไม่มา
๔) ท่าห้องนี้จะเล็กไปหน่อย
๕) วันนี้ท่าอากาศจะร้อนมาก

แบบฝึกหัด ๒ จงทำประโยค“....ท่าจะ.... ” ให้เป็นประโยค“ท่า....จะ....”（将用 “....ท่าจะ....” 形式的句子改为用 “ท่า....จะ....” 的形式。）

๑) เขี่ยงท่าจะไม่อยู่
๒) เขาท่าจะยังไม่รู้
๓) วันนี้อากาศท่าจะดี
๔) ทีมเราท่าจะแพ้
๕) เขาท่าจะไม่ชอบ

แบบฝึกหัด ๓ จงใช้“ท่า....จะ.... ”หรือ“....ท่าจะ....”กับคำในวงเล็บตอบคำถามต่อไปนี้（用括弧里所给的词语和 “ท่า....จะ....” 或 “....ท่าจะ....” 的句型回答下列问题。）

๑) ทำไมอาจารย์ยังไม่มา (ติดธุระ)
๒) จิ้งหายไปไหน (ไปเอาน้ำ)
๓) หงรู้หรือยัง (ยังไม่รู้)

๔) ห้องนี้เป็นไงบ้าง (เล็กไปหน่อย)

๕) งานชิ้นนี้วันนี้จะเสร็จไหม (ไม่เสร็จ)

๖) ตอนนี้เขาถึง(บ้าน)หรือยัง (ถึงแล้ว)

๗) ทำไมเขาไม่ไปว่ายน้ำกับเราล่ะ (ไม่สบาย)

๘) อากาศครึ้มอย่างนี้ หิมะคงจะตกนะ (จะตก)

สนทนา (คุยกันระหว่างเพื่อนนักศึกษา)

- วันนี้อากาศไม่ค่อยดี ท่าฝนจะตก
- อืม หมู่นี้ฝนตกบ่อย
- ตกบ่อยก็ดีสิ การเก็บเกี่ยวจะได้ผลอุดมสมบูรณ์
- เอ๊ะ อี้หายไปไหน
- ท่าจะไปหาร่มกระมัง

๔. ....มา....(แล้ว) 用在动词或动宾结构之后，表示行为、动作或状态一直延续至今。后面常常接一个数量短语。

ตัวอย่าง คุณเรียนภาษาไทยมากี่เดือนแล้วครับ
- ผมเรียนภาษาไทยมา ๓-๔ เดือนแล้วครับ
คุณอยู่ที่นี่มานานแล้วหรือคะ
- ฉันอยู่ที่นี่มาปีกว่าแล้วค่ะ

แบบฝึกหัด ๑ จงเติมช่องว่างให้ได้ความตามตัวอย่าง（仿照例句填空。）

๑) ประเทศจีนปลดแอก.... ๖๐ กว่าปี....

๒) ฉันอยู่ปักกิ่ง.... ๒ ปีกว่า....

๓) อาจารย์หวางเป็นอาจารย์สอนภาษาไทย....กว่า ๑๐ ปี....

๔) จิ้งป่วย....หลายวัน....

บทที่ ๒ ดินฟ้าอากาศ

๕) ฉันรู้จักเขา.... ๓ ปี....

๖) ปัญหานี้เราเคยอภิปรายกัน....หลายหน....

๗) ฉันจากบ้าน....หลายเดือน.... คิดถึงบ้านจริง ๆ

๘) เขี่ยงหัดรำมวย.... ๒ ปี.... รำได้สวยมาก

๙) ไม่พบเธอ....นาน.... สบายดีหรือ

๑๐) นั่งฟังรายงาน.... ๒ ชั่วโมง.... เมื่อยจริง ๆ

แบบฝึกหัด ๒ จงใช้"....มา....แล้ว"กับคำในวงเล็บตอบคำถามต่อไปนี้ (用 "....มา....แล้ว" 及括弧中所给的短语回答下列问题。)

๑) คุณเรียนภาษาไทยมากี่เดือนแล้วครับ (ครึ่งปี)

๒) คุณอยู่ที่นี่มานานเท่าไรแล้วคะ (๑ ปีกว่า)

๓) ลี่ป่วยมากี่วันแล้ว (หลายวัน)

๔) เด็กคนนี้จบมัธยมต้นมากี่ปีแล้ว (๒ ปี)

๕) เล็กรู้จักกับเขามานานเท่าไรแล้ว (๒ ปี)

๖) ฝนตกติด ๆ กันมากี่วันแล้ว (๔ วัน)

๗) ไม่ได้แข่งฟุตบอลกับเขามากี่อาทิตย์แล้ว (๒ อาทิตย์มั้ง)

๘) ฝนไม่ได้ตกมากี่เดือนแล้ว (๒-๓ เดือน)

สนทนา (คุยกันระหว่างเพื่อนนักศึกษา)

- ฝนตกติดๆ กันมา ๒-๓ วันแล้ว น่าเบื่อจัง

- จริงด้วย ไปเข้าเรียน ไปไหนมาไหนไม่สะดวกมาหลายวันแล้ว

- วันนี้ท้องฟ้าสว่างขึ้น ฝนท่าจะหยุดละ

- หยุดเสียทีก็ดี ไม่เห็นแดดมาหลายวันแล้ว

๕. ....นะ　除了第一册第十四课和二十课讲过的用法外，นะ 还可用在祈使句中，表示嘱咐、提醒的语气。

ตัวอย่าง　อย่าลืมนะ
อย่าพูดเสียงดังนะ

แบบฝึกหัด　จงทำประโยคต่อไปนี้เป็นประโยคเชิงกำชับหรือเตือนให้ระวัง（使下列句子带有嘱咐或提醒的语气。）

๑) บ่ายนี้เขี่ยงต้องมา
๒) คืนนี้ช่างอย่าไป
๓) ห้องนี้ห้ามสูบบุหรี่
๔) เรื่องนี้อย่าบอกเขา
๕) ต้องทำให้เสร็จก่อนเย็นนี้
๖) วันนี้ต้องทำให้สะอาดหน่อย
๗) ติดร่มไปด้วย
๘) ฝากความคิดถึงไปถึงเขาด้วย
๙) วันหลังมาอีก
๑๐) ต้องจัดเวลาให้ดี

สนทนา　(คุยกันระหว่างจางจิ้งกับเพื่อน)

เพื่อน　อากาศวันนี้ร้อนนะ
จางจิ้ง　ร้อน ร้อนอบอ้าว ท่าฝนจะตก
เพื่อน　ตกก็ดีสิ ไม่ตกมานานแล้ว
จางจิ้ง　หน้าร้อนปีกลายฝนตกไม่น้อยนะ
เพื่อน　ใช่ แต่ปีนี้ฝนไม่ค่อยตกเลย
จางจิ้ง　จิ้งเห็นจะต้องไปเรียนแล้วหละ

เพื่อน อย่าลืมติดร่มไปด้วยนะ
จางจิ้ง นี่ไง ร่ม

๖. ....แล้วหรือ ……了吗？请参看第一册第十五课“....หรือ”的注解。“....แล้วหรือ”只用于印证发问者认为已经进行了或完成了的事。值得注意的是对这类问句有两种否定的回答形式，一种是“ยังไม่ได้....”，另一种是“ยังไม่.... ”。“ยังไม่ได้....”用于否定行为动词，“ยังไม่....”用于否定非行为动词。

ตัวอย่าง ๑ กินแล้วหรือ - กินแล้ว
- ยัง (ยังไม่ได้กิน)

เขาไปแล้วหรือ - ไปแล้ว
- ยัง (ยังไม่ได้ไป)

แบบฝึกหัด จงใช้คำหรือวลีต่อไปนี้แต่งประโยคคำถามและให้คำตอบตามประโยคตัวอย่าง（仿照例句用所给词或短语组成问句并给以肯定和否定的回答。）

๑) คัด	๒) ซ้อม
๓) ทบทวน	๔) อัดเสียง
๕) (บทอ่านบทนี้)อ่าน	๖) สระผม
๗) ทำความสะอาด	๘) ไปซื้อหนังสือมา
๙) รูปประโยคนี้เรียน	๑๐) ไปเยี่ยมอาจารย์

ตัวอย่าง ๒ เธอรู้แล้วหรือ - รู้แล้ว
- ยัง (ยังไม่รู้)

อี๋หลับแล้วหรือ - หลับแล้ว
- ยัง (ยังไม่หลับ)

แบบฝึกหัด จงใช้คำหรือวลีต่อไปนี้แต่งประโยคคำถามและให้คำตอบตามประโยคตัวอย่าง (仿照例句用所给词或短语组成问句并给以肯定和否定的回答。)

๑) มี   ๒) ได้
๓) ถึง   ๔) พบ
๕) เข้าใจ   ๖) ได้ยิน
๗) (ร้อง)เป็น ๘) (อ่าน)จบ
๙) (มากัน)ครบ ๑๐) (ไปกัน)หมด

สนทนา (คุยกันระหว่างหลี่เวย์กับจางจิ้ง)

หลี่เวย์   ตื่นแล้วหรือ
จางจิ้ง   ตื่นแล้ว นอนไม่หลับ ร้อนเหลือเกิน
หลี่เวย์   หมู่นี้ร้อนมาก เราก็นอนไม่ค่อยหลับเหมือนกัน
จางจิ้ง   วันนี้ร้อนอ้าว ครึ้มฝน ท่าฝนจะตก
หลี่เวย์   ตกก็ดีสิ ไม่ตกมาหลายวันแล้ว

บทสนทนา

(คุยกันระหว่างหวางหงกับจินตนา)

จินตนา   เอ๊ะ ปักกิ่งมีกี่ฤดู
หวางหง   ๔ ฤดู ฤดูหนาว ฤดูใบไม้ผลิ ฤดูร้อน และฤดูใบไม้ร่วง
จินตนา   ฤดูหนาวหนาวมากไหม
หวางหง   หนาวพอดู อุณหภูมิต่ำสุดราวลบ ๑๕-๑๖ องศาเซลเซียส
จินตนา   หิมะตกมากไหม
หวางหง   ไม่แน่ บางปีตกมาก บางปีตกน้อย แต่มีพายุบ่อย
จินตนา   ฤดูใบไม้ผลิอากาศเป็นไงบ้าง

บทที่ ๒   ดินฟ้าอากาศ

หวางหง	ฤดูใบไม้ผลิที่ปักกิ่งนี่แห้งแล้ง อากาศเปลี่ยนบ่อย ประเดี๋ยวร้อนประเดี๋ยวหนาว บางทีลมแรง แต่โดยทั่วไป อากาศค่อนข้างอุ่น
จินตนา	ฤดูร้อนร้อนมากไหม
หวางหง	ร้อนมาก ร้อนอบอ้าว อุณหภูมิสูงสุดราว ๓๗-๓๘ องศาเซลเซียส
จินตนา	ไม่ค่อยมีฝนหรือยังไง
หวางหง	ตามปกติ ฝนตกไม่น้อย แต่ก็ไม่แน่ บางปีตกน้อย บางปีตกมาก
จินตนา	ฤดูใบไม้ร่วงล่ะ
หวางหง	ฤดูใบไม้ร่วงอากาศดีที่สุด ไม่ร้อน ไม่หนาว ลมก็ไม่แรง อากาศเย็นสบาย

(คุยกันระหว่างเหลียงอี้กับฉางเฉียง)

เหลียงอี้	ตื่นแล้วหรือ
ฉางเฉียง	นอนไม่หลับ ร้อนเหลือเกิน
เหลียงอี้	หมู่นี้ร้อนมาก อี้ก็นอนไม่ค่อยหลับเหมือนกัน
ฉางเฉียง	วันนี้ร้อนอบอ้าว ครึ้มฝน ท่าฝนจะตก
เหลียงอี้	ตกก็ดี ไม่ตกมาหลายวันแล้ว
ฉางเฉียง	หน้าร้อนปีกลายฝนตกไม่น้อยนะ
เหลียงอี้	ใช่ แต่ปีนี้ฝนไม่ค่อยตกเลย ท่าจะแล้งอีก

แบบฝึกหัด

๑. **แบบฝึกหัดการออกเสียง**

๑) จงอ่านคำต่อไปนี้ให้ถูกต้อง

เรียน	เขียน	เหมือน	พวก	เรื่อง
เสื้อ	เมื่อ	เตียง	ควร	เปลี่ยน
เที่ยง	ร่วง	เยี่ยม	เตรียม	สวม
จวน	อ้วน	เตี้ย	ประเดี๋ยว	เครื่องเขียน
เหลือเกิน	ทบทวน			

25

๒) จงอ่านคำต่อไปนี้ให้ถูกต้องและจำการสะกดให้ได้ด้วย

กระดาษ	ขอโทษ	เชิญ	อาจารย์
อาหาร	ฟุตบอล	ประโยชน์	หนังสือพิมพ์
โรงพยาบาล	บาสเกตบอล	ประวัติศาสตร์	ชีวิต
สำคัญ	สเก๊ต	มหาวิทยาลัย	คุณ
วันอาทิตย์	อุณหภูมิ	เสร็จ	สโมสร
วันอาทิตย์	วันจันทร์	วันอังคาร	วันพุธ
วันพฤหัสฯ	วันศุกร์	วันเสาร์	รส
สวัสดี	เหรียญ	ต้องการ	เซลเซียส
อากาศ	บทสนทนา	รูปประโยค	ศัพท์

๓) จงพยายามออกเสียงคำและวลีต่อไปนี้ให้ชัดเจน

ยืน   ยืม   เยี่ยม   ยี่สิบ   เย็นสบาย

๒. จงตอบคำถามต่อไปนี้

๑) ฤดูใบไม้ผลิที่หางโจวเป็นอย่างไรบ้าง

๒) ฤดูร้อนที่ฮาร์บินเป็นอย่างไรบ้าง

๓) ฤดูใบไม้ร่วงที่ปักกิ่งเป็นอย่างไรบ้าง

๔) ฤดูหนาวที่คุนหมิงเป็นอย่างไรบ้าง

๕) ฤดูร้อนที่นานกิงร้อนมากไหม

๖) ฤดูหนาวที่กวางเจาหนาวมากไหม

๗) ฤดูใบไม้ผลิที่เซี่ยงไฮ้ลมแรงและอากาศแห้งไหม

๘) ที่ปักกิ่งเดือนไหนฝนตกมากที่สุด

๙) ที่กวางเจาหิมะตกไหม เพราะอะไร

๑๐) ดินฟ้าอากาศที่บ้านเกิดของเธอเป็นอย่างไรบ้าง

๓. จงแปลประโยคต่อไปนี้เป็นภาษาจีน แล้วอ่านภาษาไทยจนคล่อง

๑) รองเท้าคู่นี้สวมสบาย

๒) อาหารร้านนี้ทำอร่อย

๓) เสื้อแบบนี้ขายดี

๔) เขาวิ่งเร็ว ผมสู้เขาไม่ได้
๕) ฉางเฉียงว่ายน้ำเก่ง เหลียงอี้กระโดดน้ำสวย
๖) เฉินชางเล่นกีตาร์เก่ง จางจิ้งรำสวย
๗) เขาพูดเร็วมาก ฉันฟังไม่ค่อยรู้เรื่อง
๘) วันนี้ฝนตกหนัก ไปไหนก็ไม่สะดวก

๔. จงจดจำชื่อเดือนให้ได้

มกราคม(ม.ค.) (มะ-กะ-รา-)	一月
กุมภาพันธ์ (ก.พ.)	二月
มีนาคม (มี.ค.)	三月
เมษายน (เม.ย.)	四月
พฤษภาคม (พ.ค.) (พรึด-สะ-)	五月
มิถุนายน (มิ.ย.)	六月
กรกฎาคม (ก.ค.) (กะ-ระ- กะ-)	七月
สิงหาคม (ส.ค.)	八月
กันยายน (ก.ย.)	九月
ตุลาคม (ต.ค.)	十月
พฤศจิกายน (พ.ย.) (พรึด-สะ-จิก-)	十一月
ธันวาคม (ธ.ค.)	十二月

๕. จงอ่านและคัดข้อความต่อไปนี้

อากาศที่กรุงเทพฯไม่เหมือนที่ปักกิ่ง ปีหนึ่งมี ๓ ฤดู คือฤดูร้อน ฤดูหนาว และฤดูฝน ฤดูร้อนเริ่มตั้งแต่เดือนมีนาคมถึงเดือนพฤษภาคม อากาศร้อนพอดูและแห้งแล้ง ฤดูฝนเริ่มตั้งแต่เดือนมิถุนายนถึงเดือนตุลาคม ฤดูนี้ฝนตกชุก ชาวนาจะเริ่มทำนากัน ต่อจากนั้น ตั้งแต่เดือนพฤศจิกายนถึงเดือนกุมภาพันธ์เป็นฤดูหนาว ที่จริงอากาศไม่หนาวอะไร อุณหภูมิโดยเฉลี่ยในรอบปีประมาณ ๒๕ องศา นับว่าสบายมาก

ศัพท์และวลี

ดิน	土；地	ฟ้า	天
ดินฟ้าอากาศ	天气，气候	ช่วงนี้	这段（时间、距离）
แก้	改		
ครึ้ม	天阴	เก็บเกี่ยว	收割
ผล	成果	อุดมสมบูรณ์	丰富；富饶
หาย	消失，不见	หายไปไหน	上哪儿去了？怎么见不着（你、他）了？
ปลดแอก	解放		
อภิปราย	讨论		
หน	次	มัธยม(มัด-ทะ-)	中学
มัธยมต้น	初中	ติด ๆ กัน	连续，接连
น่า	令人；值得	ไปไหนมาไหน	（泛指）出门，上什么地方
ท้องฟ้า	天空		
....เสียที	......一下	ห้าม	禁止
ติด	携带	อ้าว	＝อบอ้าว
ร้อนอบอ้าว	=ร้อนอ้าว 闷热		（天气）闷热
		เหลือเกิน	太，极
ครึ้มฝน	阴云密布	ใบไม้	树叶
ผลิ(ผฺลิ)	萌（芽），长（叶）	ฤดูใบไม้ผลิ	春天
		ร่วง	凋落，脱落
ฤดูใบไม้ร่วง	秋季	สุด	尽头，极顶
ลบ	减；零下	เซลเซียส	摄氏
พายุ	大风，狂风	แห้ง	干
แล้ง	旱	แห้งแล้ง	干旱
โดยทั่วไป	一般来说，总的来说	อุ่น	温暖
		...หรือยังไง	是不是……
บ้านเกิด	故乡	กระโดด	跳

บทที่ ๒ ดินฟ้าอากาศ

- กรุงเทพฯ   曼谷   ชุก   （雨）多
- ชาวนา   农民   นา   水田
- ทำนา   种田   ต่อจากนั้น   接着，随后
- ที่จริง   其实   เฉลี่ย   平均
- โดยเฉลี่ย   平均   รอบปี   周年
- ประมาณ   大约

บทอ่านประกอบ

เมื่อรถไฟแล่นใกล้จะถึงกรุงเทพฯ พ่อชี้ให้มานะและมานีดูเครื่องบิน มีเครื่องบินจำนวนหลายลำ บางลำจะขึ้น บางลำจะลงและที่จอดอยู่ก็มี มานะบอกพ่อว่าอยากขับเครื่องบิน พ่อว่ามานะต้องเรียนหนังสือให้เก่งและร่างกายแข็งแรงจึงจะขับเครื่องบินได้

ลุงกับป้ามาคอยรับที่สถานีรถไฟกรุงเทพฯ ทุกคนดีใจมากที่ได้พบกัน มานะมานีไหว้ลุงและป้าอย่างอ่อนน้อม ป้าบอกว่า มานะมานีโตขึ้นมาก และป้าคิดถึงหลานอยู่เสมอ

ตอนที่นั่งรถยนต์ไปบ้านลุง มานะและมานีมองสองข้างทางด้วยความสนใจ ถนนในกรุงเทพฯมีหลายสายและกว้างใหญ่ทั้งนั้น บนถนนมีรถยนต์หลายชนิด มีทั้งรถโดยสารประจำทางและรถบรรทุก คันเล็กก็มี คันใหญ่ก็มี รถโดยสารมีคนเต็มเกือบทุกคัน รถยนต์หลายคันเวลาวิ่งจะมีควันดำและมีกลิ่นเหม็น พ่อบอกมานะและมานีว่า ควันอย่างนั้นไม่ดี ถ้าหายใจเข้าไปมากๆ จะเป็นอันตราย

มานะชอบดูไฟเขียวไฟแดงที่บอกให้รถไปและหยุด ไฟเปลี่ยนได้เอง ไม่ต้องมีคนมาเปลี่ยน ลุงบอกมานะว่า ถ้าไม่มีไฟเขียวไฟแดง รถอาจจะชนกัน มานะเห็นคนเดินข้ามถนนเป็นกลุ่มๆ และเป็นที่ๆ เขาจะมองดูรถจนเห็นว่ารถหยุดแล้วจึงข้าม

รถแล่นผ่านหน้าโรงเรียน ตลอด และร้านขายสินค้าต่างๆ บางทีก็แล่นข้ามสะพาน มีทั้งสะพานข้ามคลอง ข้ามแม่น้ำ และข้ามถนน ถนนบางตอนเป็นหลุม

29

คนกำลังซ่อม และก่อนถึงหลุมมีป้ายบอกให้รู้ด้วย

บ้านของลุงอยู่ไกลที่ชุมนุมชน จึงมีอากาศดี ไม่เหม็นกลิ่นควันรถยนต์ ข้าง ๆ รั้วมีต้นไม้และดอกไม้หลายชนิด บางชนิดสีสวย บางชนิดกลิ่นหอม และมีอยู่สองสามชนิดที่สีก็สวยกลิ่นก็หอม มานีชอบดอกไม้มาก

เมื่อเข้าไปในบ้าน ป้าหาน้ำมาให้ทุกคนดื่ม เอาส้มและขนมใส่จานมาให้ หลานทั้งสองคนกำลังหิวจึงกินส้มและขนมจนอิ่ม

ศัพท์และวลีในบทอ่าน

รถไฟ	火车	จอด	停
รับ	接	ไหว้	拜（行合十礼）
อ่อนน้อม	恭敬	โต	长大；大
....อยู่เสมอ	常常	ตอน....	......时候
ทาง	路	สองข้างทาง	路的两边
ถนน	马路	สาย	条（路的量词）
....ทั้งนั้น	都......	รถโดยสาร	客车
รถโดยสารประจำทาง		รถบรรทุก	货车，卡车
	公共汽车	เต็ม	满
ควัน	烟	ดำ	黑
กลิ่น	气味	หายใจ	呼吸
ข้าม	跨过，横跨	กลุ่ม	组，群
เป็นกลุ่ม ๆ	三五成群地，	ที่	地方
	一群一群地	เป็นที่ ๆ	此处的意思
สินค้า	商品		是"在一些
หลุม	坑		固定的地方"
ที่ชุมนุมชน	闹市区	หอม	香
ส้ม	橘子	จาน	盘子

30

บทที่ ๓ ที่ทำการไปรษณีย์

รูปประโยคและการใช้คำ

๑. ไม่....นัก   相当于汉语的"不是十分……","不算太……"。

ตัวอย่าง ๑   ที่นี่มีรถยนต์มาก แต่ก็ไม่มากนัก
เขามาเยี่ยมเราบ่อย แต่ก็ไม่บ่อยนัก

แบบฝึกหัด   จงต่อเติมประโยคต่อไปนี้ให้เหมือนประโยคตัวอย่าง（仿照例句接述下列句子。）

๑) ภาษาอังกฤษเรียนยาก ....
๒) ฤดูร้อนที่ปักกิ่งร้อน ....
๓) เขาชอบดื่มน้ำชาแก่ๆ ....
๔) เขามานานแล้ว ....
๕) จากนี่ไปสถานีรถไฟทางไกล ....
๖) ยังมีเวลาอีกมาก ....
๗) เขาเป็นคนอ้วน ....
๘) ของจำพวกนี้แพง ....
๙) กับข้าววันนี้เผ็ด ....
๑๐) วันนี้อากาศหนาว ....

ตัวอย่าง ๒   ที่นี่มีรถยนต์ไม่มากนัก
เขามาเยี่ยมเราไม่บ่อยนัก

แบบฝึกหัด จงทำประโยคในแบบฝึกหัดตัวอย่าง ๑ ให้เป็นประโยคเหมือนตัวอย่าง ๒（将例句1中做过的练习改成例句2式的句子。）

ตัวอย่าง ๓ ที่นั่นมีรถยนต์มากไหม - มีไม่มากนักหรอก

เขามาเยี่ยมเธอบ่อยไหม - ไม่บ่อยนักหรอก

แบบฝึกหัด จงทำประโยคในแบบฝึกหัดตัวอย่าง ๑ เป็นประโยคคำถาม แล้วตอบคำถามเหมือนตัวอย่าง ๓（将例句1中做过的练习改为问句并按例句3给以回答。）

สนทนา (คุยกันระหว่างฉางเฉียงกับเหลียงอี้)

ฉางเฉียง นี่ จดหมายอี้

เหลียงอี้ อ้อ จดหมายจากทางบ้าน ขอบคุณ

ฉางเฉียง อี้ได้รับจดหมายจากทางบ้านบ่อยจริง

เหลียงอี้ ไม่บ่อยนักหรอก ราวเดือนละฉบับ

๒. จดหมายจาก.... 用于说明信件的由来。**จาก**后面接写信人的名字、地点或单位。

จดหมายถึง.... 用于说明信件的去处。**ถึง**后面接收信人的名字、地点或单位。

ตัวอย่าง ฉันได้รับจดหมายจากทางบ้านเดือนละฉบับ

ฉันเขียนจดหมายถึงบ้านเดือนละฉบับ

แบบฝึกหัด จงใช้คำว่า“จาก”หรือ“ถึง”เติมลงไปในช่องว่างของประโยคต่อไปนี้（用 “จาก” 或 “ถึง” 填空）

๑) เขี่ยงได้รับจดหมาย....ทางบ้านบ่อย

๒) ก่อนขึ้นปีใหม่ เราได้รับส.ค.ส.....เพื่อนมากมาย

๓) ฉันไม่ได้รับจดหมาย....น้องมาสองเดือนแล้ว รู้สึกเป็นห่วงน้องมาก

๔) ชางมีจดหมาย....ทางบ้านบ่อย
๕) กำลังเขียนจดหมาย....ใคร
๖) เธอควรจะเขียนจดหมาย....เขาสักฉบับ ไม่งั้นเขาจะเป็นห่วง
๗) เมื่อวานจิ้งส่งส.ค.ส ไป.....เพื่อนหลายฉบับ
๘) ไม่ได้รับจดหมาย....จุ๋มมานานแล้ว
๙) หงได้รับจดหมาย....เพื่อนนักเรียนเก่าบ่อย
๑๐) ว่าง ๆ เขียนจดหมาย....เราบ้างนะ
๑๑) นี่จดหมาย....ใครไม่รู้ ชื่อผู้รับอ่านไม่ออก
๑๒) นี่จดหมาย....ใครก็ไม่รู้ ไม่ได้เขียนชื่อผู้ส่งเลย

สนทนา (คุยกันระหว่างเฉินชางกับหวางหง)

เฉินชาง	หง มีจดหมายเธอฉบับหนึ่ง นี่
หวางหง	ขอบใจมาก
เฉินชาง	ท่าจะเป็นจดหมายจากทางบ้านกระมัง
หวางหง	ใช่ จดหมายจากพ่อ
เฉินชาง	หงได้รับจดหมายจากทางบ้านบ่อยจริง
หวางหง	ก็ไม่บ่อยนัก ราวเดือนละฉบับสองฉบับ

๓. ส่ง....มา(ไป)ให้.... “送（寄）给……” 或 “给……送（寄）来（去）”。要注意表达这个概念时汉、泰两种语言结构上的区别。

ตัวอย่าง ทางบ้านส่งของมาให้ฉันห่อหนึ่ง
ฉันส่งหนังสือไปให้น้องชาย ๒ เล่ม
ใครส่ง(หนังสือ)มาให้เธอ - น้องส่งมาให้

แบบฝึกหัด จงเติมคำลงไปในช่องว่างให้ได้ความตามประโยคตัวอย่าง（仿照例句填空。）

๑) ฉัน....ปากกา....น้องสาวด้ามหนึ่ง
๒) พี่สาว....เสื้อ....ฉันตัวหนึ่ง
๓) หนังสือเล่มนี้ใคร....เธอ
๔) หนังสือเล่มนี้เธอจะ....ใคร
๕) เธอช่วย....หนังสือพิมพ์ฉบับนี้....เล็กด้วยนะ
๖) พี่....เงิน....ฉัน
๗) ช่วย....สมุดการบ้าน....อาจารย์ด้วยนะ
๘) เขา....ส.ค.ส.....เราทุกคน
๙) ใคร....พัสดุฯ....เธอ
๑๐) แม่....อะไร....เธอ

สนทนา (คุยกันระหว่างเพื่อนนักศึกษา)

- ไปไหนมา
- ไปรับพัสดุฯ
- ใครส่งมาให้
- ทางบ้าน(ส่งมาให้)

๔.....ให้ 表示替（为、给、帮）某人做某事。后面可以接一个接受帮助者的名字或代词，但在语言环境比较清楚的情况下，这个名词或代词往往省略。

ตัวอย่าง เธอไม่ไปก็ได้ ฉันจะช่วยส่ง(จดหมาย)ให้(เธอ)
เธอไม่ต้องเป็นห่วงหรอก เขาจะช่วยรับมาให้(เธอ)แน่

บทที่ ๓   ที่ทำการไปรษณีย์

แบบฝึกหัด ๑   จงใช้คำที่กำหนดไว้ข้างล่างนี้แต่งประโยคตามตัวอย่าง (用下列词汇仿照例句造句。)

| เขียน | แปล | ล้าง | ถู |
| เอา(น้ำ) | ซัก | ไปรับ | ไปซื้อ |

แบบฝึกหัด ๒   จงเติมช่องว่างให้ได้ความตามประโยคตัวอย่างและแปลเป็นภาษาจีนด้วย (仿照例句填空并译成汉语。)

๑) มา ฉันจะเขียน........
๒) ประเดี๋ยวฉันจะไปบอก........
๓) ประเดี๋ยวฉันจะเอาผ้าห่มเธอไปผึ่งแดด........
๔) รอประเดี๋ยวนะ ฉันจะไปเอาหนังสือมา........
๕) ร้อง(เพลง)ไม่เป็นไม่เป็นไร เดี๋ยวหงจะสอน........
๖) นั่งพักที่นี่ประเดี๋ยวนะ ฉันจะไปตามหมอมา........
๗) วันนี้ฉันจะไปร้านขายหนังสือซีตาน ถ้าเห็นหนังสือเล่มนี้ฉันจะ-
   ช่วยซื้อมา........
๘) เธอถือไม่ไหว ฉันช่วยถือ........ก็แล้วกัน
๙) ช่วยซื้อนิตยสาร"เหลียวว่าง"........เล่มด้วยนะ
๑๐) กรุณาช่วยไปตามเขามา........ฉันทีนะครับ

สนทนา   (คุยกันระหว่างหยางลี่กับหวางหง)

หยางลี่	ลี่จะไปที่ทำการไปรษณีย์สักประเดี๋ยว หงจะฝากซื้ออะไรไหม
หวางหง	อ้อ หงก็นึกจะไปอยู่เหมือนกัน ว่าจะไปส่งจดหมายสักฉบับ
หยางลี่	ลี่ส่งให้ก็ได้
หวางหง	ดีเหมือนกัน แต่ยังไม่มีแสตมป์ ช่วยซื้อแสตมป์และติดให้ด้วยนะ

35

๕. ....กระมัง 语气词，用在句末表示猜测或不很肯定。要注意与第一册第二十课中(คง)....ซิ่的区别。

ตัวอย่าง หนังสือนี่ของใคร

- ของเล็กกระมัง

ทำไมอี๋ไม่มาเรียนล่ะ

- อี๋เขาไม่สบายกระมัง

แบบฝึกหัด ๑ จงทำประโยคข้างล่างนี้ให้เป็นประโยคแสดงความคาดคะเนหรือไม่แน่ใจตามตัวอย่าง（使下列句子带有猜测或不很肯定的语气。）

๑) เขาป่วย
๒) เขาติดธุระ
๓) เขาถึงบ้านแล้ว
๔) เขาคงรู้แล้ว
๕) เขาอาจยังไม่รู้
๖) ทำอย่างนี้คงใช้ได้
๗) เขาท่าจะลืมเสียแล้ว
๘) เวลาท่าจะหมดเสียแล้ว
๙) เรื่องนี้คงไม่มีปัญหาอะไรแล้ว
๑๐) จวนถึงเวลาประชุมแล้ว

แบบฝึกหัด ๒ จงใช้คำที่เคยเรียนมาแล้วเติมลงในช่องว่างของประโยคตอบโดยให้สื่อความหมายคาดคะเนตามตัวอย่าง（用已学词汇在答句中填空并使其具有猜测的语气。）

๑) เอ๊ะ ใครจัดห้องเสียใหม่ล่ะ - ท่าจะเป็น......
๒) ใครเอาหนังสือฉันไป - ท่าจะเป็น......

๓) ทำไมเขายังไม่มาล่ะ - ท่าจะ......
๔) ชางไปไหน - ท่าจะไป......
๕) เขี่ยงจะไปวันนี้มิใช่หรือ - ท่าจะ......

๖. ไม่....หรอก, ไม่....นักหรอก “**....หรอก**”是常用在否定句中的语气词，起强调否定的作用。

ตัวอย่าง

๑) เขาเข้าเมืองบ่อยไม่ใช่หรือ
- ไม่บ่อยหรอก
-ไม่บ่อยนักหรอก

๒) หมู่นี้งานยุ่งไหม
- ไม่ยุ่งหรอก
- ไม่ยุ่งนักหรอก

๓) ปักกิ่งหนาวมากไม่ใช่หรือ
- ไม่หนาวหรอก
- ไม่หนาวนักหรอก

แบบฝึกหัด จงตอบคำถามต่อไปนี้ตามตัวอย่าง（仿照例句回答问题。）

๑) เธอนั่งตรงนี้ร้อนไหม
๒) เธอยืนตรงนั้นหนาวไหม
๓) กระเป๋าใบนี้จะใหญ่ไปไหม
๔) กะละมังใบนี้จะเล็กไปไหม
๕) เครื่องเทปแบบนี้แพงไหม
๖) (เสื้อ)ตัวนี้หลวมไปไหม
๗) กระเป๋าใบนี้ท่าจะเล็กไปหน่อยกระมัง
๘) ห้องนี้แคบไหม
๙) เขามาหาเธอบ่อยมิใช่หรือ
๑๐) เธอเขียนจดหมายถึงบ้านบ่อยไหม

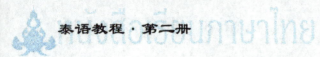

สนทนา (คุยกันระหว่างเพื่อนนักศึกษา)

- หมู่นี้งานยุ่งไหม
- ไม่ยุ่งหรอก
- ฉันเห็นเธอประชุมกันบ่อย
- ก็ไม่บ่อยนักหรอก ราวอาทิตย์ละครั้ง

บทสนทนา

(คุยกันระหว่างจางจิ้งกับหลี่เวย์)

จางจิ้ง เล็ก นี่ จดหมายเธอ

หลี่เวย์ ขอบใจจ้ะ

จางจิ้ง ท่าจะเป็นจดหมายจากทางบ้านละซิ

หลี่เวย์ ใช่ จดหมายน้องสาว

จางจิ้ง เล็กได้รับจดหมายจากทางบ้านบ่อยจัง

หลี่เวย์ ไม่บ่อยนักหรอก ราวเดือนละฉบับ

จางจิ้ง เล็กเขียนจดหมายถึงบ้านบ่อยไหม

หลี่เวย์ ก็ไม่บ่อยนักเหมือนกัน

จางจิ้ง จิ้งจะไปที่ทำการไปรษณีย์ เล็กจะฝากซื้ออะไรไหม

หลี่เวย์ อ้อ เราก็นึกจะไปอยู่เหมือนกัน ว่าจะไปส่งจดหมายสักฉบับ

จางจิ้ง จิ้งส่งให้ก็ได้

หลี่เวย์ ไม่รบกวนจิ้งหรือ

จางจิ้ง ไม่รบกวนอะไรหรอก

หลี่เวย์ งั้นก็ดีเหมือนกัน จิ้งจะไปทำอะไรที่นั่นละ

จางจิ้ง จิ้งจะไปรับพัสดุภัณฑ์ ทางบ้านส่งมาให้ชิ้นหนึ่ง ไหนละจดหมาย เอามาซิ จิ้งจะเอาไปส่งให้

หลี่เวย์ นี่ เรายังไม่ได้ติดแสตมป์ ช่วยซื้อแสตมป์ติดให้ด้วยนะ

จางจิ้ง	จะส่งเมล์ธรรมดาหรืออี.เอ็ม.เอส.
หลี่เวย์	เมล์ธรรมดา
จางจิ้ง	ลงทะเบียนไหม
หลี่เวย์	ไม่ต้อง นี่ เงิน แล้วช่วยซื้อแสตมป์ดวงละ ๘ เหมากับดวงละ ๑ หยวน ๒ เหมาอย่างละ ๕ ดวงด้วย
จางจิ้ง	ทำไมซื้อมากอย่างนั้นล่ะ
หลี่เวย์	บังเอิญต้องตอบจดหมายพร้อมกันหลายฉบับ
จางจิ้ง	เอ้อ จิ้งไปละ
หลี่เวย์	ไปเหอะ

แบบฝึกหัด

๑. แบบฝึกหัดอ่านออกเสียง

๑) จงอ่านคำต่อไปนี้ให้ถูกต้อง

คุย คอยรับ โดยง่าย บ่อย ๆ กระจ้อยร่อย ลุยไฟ ลอยแพ

โบยตี กอบโกย ใช้สอย อิดโรย ลงปุ๋ย คอหอย

๒) จงอ่านประโยคต่อไปนี้ให้ถูกต้อง โดยเฉพาะเสียงสั้นเสียงยาว

ชีวิตในมหาวิทยาลัยมีความหมายมาก

ทำไมไม่ไปออกกำลังกายกันกับเขาล่ะ

เขาชอบสวมเสื้อสีขาว กางเกงสีคราม

ที่ทำการไปรษณีย์มีซองจดหมายขายไหม

หนังสือชุดนี้เธอได้มาจากไหน

เขาบอกว่า เมืองไทยอุดมสมบูรณ์มาก "ในน้ำมีปลา ในนามีข้าว"ใช่ไหม

๓) จงอ่านคำต่อไปนี้ให้ถูกต้อง

กรกฎาคม	กรุณา	กายบริหาร	คณะ	จริง
ทักทายปราศรัย	โทรทัศน์	ธรรมดา	นิตยสาร	ปกติ
ปรกติ	ไปรษณีย์	พจนานุกรม	พม่า	พฤศจิกายน

พฤษภาคม	พัสดุภัณฑ์	มกราคม	มัธยม	มหาวิทยาลัย
โรงพยาบาล	ละคร	สกปรก	สเก๊ต	สตังค์
สนทนา	สบู่	สโมสร	สระ	สวัสดี
สหกรณ์	สุขภาพ	เสร็จ	แสตมป์	อุณหภูมิ

๒. จงจำการสะกดของคำต่อไปนี้ให้ได้

กระดาษ กรุงเทพฯ กายบริหาร กีตาร์ กุมภาพันธ์ ขอโทษ ขอบคุณ ความสุข คุณ งานกรีฑา ชีวิต เชิญ เชี่ยวชาญ เซลเซียส ตรวจ ต้องการ เทป โทรทัศน์ โทรเลข ธนาณัติ น้ำตาล นิตยสาร บทเรียน บังเอิญ บาสเกตบอล บิลเลียด เบอร์ โบราณ ประเทศ ประโยค ประโยชน์ ประวัติศาสตร์ ปลดเกษียณ ปัญหา ไปรษณีย์ ผล พจนานุกรม พยาบาล พฤศจิกายน พฤษภาคม พัสดุภัณฑ์ ฟุตบอล ภาควิชา มอเตอร์ไซค์ มะเขือเทศ มัธยม เมล์ธรรมดา เมล์อากาศ รถ รถยนต์ รส รูป โรค โรงพยาบาล ละคร วอลเลย์บอล วันจันทร์ วันพุธ วันพฤหัสฯ วันศุกร์ วันเสาร์ วันอังคาร วันอาทิตย์ ศัพท์ สเก๊ต สตางค์ สโมสร สวัสดี สหกรณ์ สัปดาห์ สามัคคี สำคัญ สุขภาพ เสร็จ เสื้อเชิ้ต แสตมป์ หนังสือพิมพ์ อังกฤษ อากาศ อาจารย์ อาทิตย์ อาหาร อุณหภูมิ อุดมสมบูรณ์

๓. จงแปลประโยคต่อไปนี้เป็นภาษาไทย

1. 我经常收到老同学的信。
2. 昨天晚上我给家里写了封信。
3. 班长让他把这些本子交给老师。
4. 请你帮我把这些东西送到宿舍去。
5. 你没空,我帮你去买吧。
6. —三点了,他怎么还不来呀?
   —他大概是忘了吧。
   —不会忘记的。
   —那就再等一会儿吧。
7. 这样做是不对的。
8. —太麻烦你了。
   —没什么麻烦的。

บทที่ ๑   ที่ทำการไปรษณีย์

๔. จงหาคำที่มีความหมายตรงกันข้ามกับคำกริยาต่อไปนี้

เข้า -	รับ -	ปิด -	ขาย -
ตอบ -	มา -	คืน -	สอน -
หลับ -	เข้าเรียน -	ชนะ -	ลืม -

๕. จงอ่านและคัดข้อความต่อไปนี้

  ที่มหาวิทยาลัยเรามีที่ทำการไปรษณีย์แห่งหนึ่ง ให้บริการตั้งแต่ ๓ โมงเช้า ถึง ๕ โมงเย็น ที่ทำการไปรษณีย์แห่งนี้มีแผนกขายแสตมป์ แผนกจดหมายลง-ทะเบียน แผนกรับ-ส่งพัสดุภัณฑ์ แผนกรับ-ส่งเงินธนาณัติ และมีแผนกฝากและถอนเงินด้วย ที่หน้าประตูที่ทำการไปรษณีย์มีตู้ไปรษณีย์ ๒ ตู้ แต่ละวันมีนักศึกษามาใช้บริการที่ที่ทำการไปรษณีย์กันมาก

ศัพท์และวลี

ที่ทำการ	办公处，办事处	ไปรษณีย์(ไปร-สะ-นี)	邮政
ที่ทำการไปรษณีย์	邮局	....นัก	太，极
ไม่....นัก	不算太......，不是十分......	รถยนต์	汽车
		แก่	（茶）浓
สถานี	站	รถไฟ	火车
จำพวก	类	ทางบ้าน	家里，家中
ขึ้นปีใหม่	过新年	ส.ค.ส.	= ส่งความสุข 贺年；贺年片
ผู้	人，者		
รับ	收，接，取	ผู้รับ	收件人
ผู้ส่ง	发件人	ขอบใจ	= ขอบคุณ （平辈间或长辈对晚辈用）
พัสดุฯ = พัสดุภัณฑ์ (พัด-สะ-ดุ-พัน)	包裹		
ผ้าห่ม	被子	ถือ	提

ไหว	（……得）动；可以忍受
แบบ	式样
รบกวน	打扰，麻烦
ไหน	哪儿
ธรรมดา(-ทำ-มะ-ดา)	平常
เมล์ธรรมดา	平信
อี.เอ็ม.เอส.	= EMS 邮政快件
เหอะ	= เถอะ
สีคราม	深蓝色
เมือง	国家；城市
“ในน้ำมีปลา ในนามีข้าว”	（是）“鱼米之乡”
ถอนเงิน	（在银行）取钱，取款
ตู้ไปรษณีย์	邮筒，信箱
ใช้ได้	行，可以
เอ๊ะ	唉
จัง	=（作副词用的）จริง
จ้ะ	= ค่ะ（平辈之间或长辈对晚辈用，表示亲密或爱怜）
ดวง	枚
บังเอิญ	碰巧，偶然
พร้อมกัน	同时，一起
ซองจดหมาย	信封
ข้าว	稻米
บริการ	服务
ธนาณัติ	汇款
ฝากเงิน	（在银行）存钱，存款
ตู้	柜子

บทอ่านประกอบ

ตอนเย็น ป้าหาอาหารให้ทุกคนรับประทาน มีกับข้าวอร่อย ๆ หลายอย่าง บนโต๊ะอาหารมีถาดใบใหญ่ ใส่ผลไม้หลายชนิด มีละมุด กล้วย น้อยหน่า และ สับปะรด ป้าเตรียมมีดไว้ให้ด้วย

พอมืด ลุงไม่ต้องใช้ไม้ขีดจุดตะเกียง ลุงเปิดไฟฟ้าบ้านก็สว่างขึ้น มานะและมานีชอบดูโทรทัศน์ เพราะที่บ้านของเขามีแต่วิทยุ

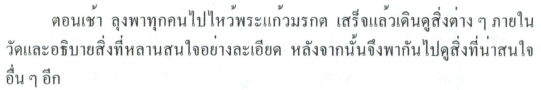

ตอนเช้า ลุงพาทุกคนไปไหว้พระแก้วมรกต เสร็จแล้วเดินดูสิ่งต่าง ๆ ภายในวัดและอธิบายสิ่งที่หลานสนใจอย่างละเอียด หลังจากนั้นจึงพากันไปดูสิ่งที่น่าสนใจอื่น ๆ อีก

มานะชอบดูตำรวจปฏิบัติหน้าที่ พ่อบอกว่าตำรวจทำหน้าที่หลายอย่าง เช่น ช่วยให้คนใช้รถใช้ถนนไม่ติดขัด ดูแลไม่ให้คนทำผิดกฎหมาย และรักษาความสงบภายในประเทศ มานีเห็นร้านขายของเล่นอยู่ด้านตรงกันข้ามก็สนใจ จึงชวนพ่อข้ามถนนไปดู ลุงบอกว่าเวลาข้ามถนนต้องข้ามตรงทางข้าม และระวังรถยนต์

ตอนบ่าย ลุงพาไปเที่ยวสวนสัตว์ มานีและมานะดีใจที่ได้เห็นสัตว์หลายชนิดเหมือนที่พ่อเล่าให้ฟัง มีทั้งสัตว์เล็ก สัตว์ใหญ่ สัตว์ที่ดุร้ายและสัตว์ที่น่ารัก

มานีชอบดูกวางและนก ส่วนมานะชอบดูเสือและลิง เพราะลิงบางชนิดฉลาดเหมือนคน พ่อซื้ออาหารปลามาโยนให้ปลากิน ทั้งมานะและมานีชอบใจที่เห็นปลาตัวใหญ่ ๆ ว่ายน้ำแย่งอาหารกัน

มานะและมานีเดินดูสัตว์จนทั่ว เด็กทั้งสองชอบมาก จึงบอกพ่อไม่อยากกลับบ้าน อยากมาเที่ยวที่สวนสัตว์อีก พ่อบอกว่าจะพามาตอนโรงเรียนหยุดหลาย ๆ วัน มานะบอกว่ากลับไปถึงบ้านจะเล่าให้วีระและปิติฟัง มานีก็บอกว่าจะเล่าให้ชูใจ ดวงแก้ว และครูไพลินฟังเหมือนกัน

ศัพท์และวลีในบทอ่าน

รับประทาน	吃	ถาด	托盘
ละมุด	人心果	กล้วย	香蕉
สับปะรด	菠萝	มีด	刀子
ไม้ขีด	火柴	จุด	点（燃）
ตะเกียง	灯	พระแก้วมรกต	玉佛
อธิบาย	讲解，解说	สิ่ง	东西
ละเอียด	仔细，详细	น่าสนใจ	令人感兴趣的，值得关注的
ตำรวจ	警察		

ปฏิบัติ	执行，履行	ปฏิบัติหน้าที่	履行职责，执行任务
ติดขัด	（交通）堵塞		
ดูแล	照看，管理	กฎหมาย	法律
ผิดกฎหมาย	违法	ความสงบ	安全
ภายใน	内部	ภายในประเทศ	国内
ของเล่น	玩具	ด้าน	面，边
ตรงกันข้าม	相反	ด้านตรงกันข้าม	对面
ทางข้าม	过街横道	สวนสัตว์	动物园
ดุร้าย	凶狠	น่ารัก	可爱
เสือ	老虎	โยน	抛
แย่ง	争抢	ทั่ว	全
เที่ยว	玩		

44

บทที่ ๔ โดยสารรถ

รูปประโยคและการใช้คำ

๑. ไป....(มา....) “ไป” 和 “มา” 后可直接接一个表示交通工具的名词，表示“坐（乘）……去（来）”。这种句型口语中用得比较多。

ตัวอย่าง เขาไปแท็กซี่

ฉันมารถเมล์(รถประจำทาง)

แบบฝึกหัด ๑ จงใช้คำที่ให้ไว้ตอบคำถาม（用所给词汇回答下列问题。）

๑) เธอมายังไง

(รถไฟฟ้า รถเมล์ รถไฟใต้ดิน แท็กซี่)

๒) เธอจะกลับ(บ้าน)ยังไง

(รถไฟ เรือ เครื่องบิน รถยนต์)

แบบฝึกหัด ๒ จงตอบคำถามต่อไปนี้（回答下列问题。）

๑) เมื่อเช้าเธอมายังไง

๒) เห็นเขาว่าเขาจะไปหวางฝูจิ่ง เขาจะไปยังไง

๓) วันอาทิตย์นี้จะไปเที่ยวซีซานไม่ใช่หรือ ตั้งใจจะไปยังไงไม่รู้

๔) เธอมาเร็วจัง เธอมายังไง

๕) จากนี่ไปบ้านเขาไกลมากนะ เธอจะไปยังไง

สนทนา (คุยกันระหว่างเฉินชางกับเหลียงอี้)

เฉินชาง	พรุ่งนี้อี้ก็จะไปชมมหาศาลาประชาคม(หอประชุมประชาชน)เหมือนกันไม่ใช่หรือ
เหลียงอี้	ใช่
เฉินชาง	อี้จะไปยังไง
เหลียงอี้	ไปรถเมล์ ชางล่ะ
เฉินชาง	ตั้งใจจะขี่จักรยานไป รถเมล์คนแน่นมาก
เหลียงอี้	เออ ก็ดีเหมือนกัน อี้จะขี่จักรยานไปด้วย

๒. ....กว่า.... 是比较程度的介词。

ตัวอย่าง ๑
เครื่องบินเร็วกว่ารถไฟ
อากาศวันนี้อุ่นกว่าเมื่อวาน

แบบฝึกหัด ๑ จงเปลี่ยนประโยคที่ให้ไว้เป็นประโยคที่ใช้"....กว่า...."ตามตัวอย่าง (将下列句子改为带有 "....กว่า...." 句子。)

๑) ห้องนี้ใหญ่ ห้องนั้นเล็ก
๒) บทที่ ๑ ยาก บทที่ ๒ ง่าย
๓) ทีมเราอ่อน ทีมเขาแข็ง
๔) เพลงนี้เพราะ เพลงนั้นสู้เพลงนี้ไม่ได้
๕) อี้ว่ายน้ำเป็น แต่เขี่ยงว่ายน้ำเก่ง
๖) เขาออกเสียงชัด แต่ฉันออกเสียงบางเสียงยังไม่ค่อยชัด
๗) เขาขยันเรียนมาก ฉันขยันเหมือนกัน แต่สู้เขาไม่ได้
๘) หงร้องเพลงเพราะ ชางสู้เขาไม่ได้
๙) นักศึกษาปีที่ ๑ มาก นักศึกษาปีที่ ๓ น้อย
๑๐) อาหารมื้อเย็นวันนี้ไม่อร่อย แต่อาหารมื้อกลางวันอร่อยมาก

บทที่ ๔   โดยสารรถ

๑๑) ผลการเรียนของเขาดีมาก ของฉันพอไปได้
๑๒) การเรียนในมหาวิทยาลัยหนักพอดูแต่การเรียนในโรงเรียนมัธยมปลายหนักมาก

在 กว่า 后面被比较的人或事物很明确的情况下，答句中 กว่า 后面的词或短语可以省略。

ตัวอย่าง ๒   เครื่องบินกับรถไฟอย่างไหนเร็วกว่า
                - เครื่องบินเร็วกว่า
            อากาศวันนี้กับอากาศเมื่อวาน วันไหนอุ่นกว่า
                - (อากาศ)วันนี้อุ่นกว่า

在问句中有时可以在 กว่า 的后面加 กัน。

ตัวอย่าง ๓   เครื่องบินกับรถไฟอย่างไหนเร็วกว่ากัน
                - ก็เครื่องบินเร็วกว่าซี่
            เขากับผม ใครคัดสวยกว่ากัน
                - เขาคัดสวยกว่า

แบบฝึกหัด ๒   จงเปลี่ยนประโยคในแบบฝึกหัด ๑ ให้เป็นประโยคคำถามและให้คำตอบตามตัวอย่าง ๒ และ ๓ （将练习1中的句子按例句2和例句3的格式改为问句并给以回答。）

สนทนา   (คุยกันระหว่างเพื่อนนักศึกษา)

- จะรีบไปไหนล่ะ
- ไปสถานีรถไฟ ไปรับคุณพ่อ
- คุณพ่อของเธอมาธุระอะไรหรือ

- มาประชุม
- ทำไมไม่มาเครื่องบินล่ะ เร็วและสะดวกกว่าไม่ใช่หรือ
- คุณพ่อเมาเครื่องบิน มารถไฟดีกว่า

๓. **เคย....** 副词，表示有过某种经历，相当于汉语中的"曾"、"曾经"、"……过"。**เคย** 不同于 ....**มา**，不表延续至今，但有时可以跟....**มา** 搭配使用。

ตัวอย่าง ไปดูหนังไหม
- หนังเรื่องนี้ฉันเคยดูแล้ว
เธอเคยเรียนภาษาอังกฤษมาก่อนไหม
- เคย เคยเรียนมา ๒ ปีแล้ว

แบบฝึกหัด จงเติมคำว่า"เคย"ลงไปในประโยคต่อไปนี้ แล้วแปลเป็นภาษาจีน（将"เคย"填在句子中并将句子译成汉语。）

๑) เธอไปเที่ยวอี๋เหอหยวนไหม
๒) เธอกินอาหารฝรั่งไหม
๓) ฉันอ่านนวนิยายเรื่อง"ซุนยัดเซน" ๒ เที่ยว
๔) ฉันไม่นั่งเครื่องบินเลย
๕) เธอเรียนภาษาต่างประเทศอะไรมาบ้าง
๖) สาขาเราแข่งกับสาขาวิชาภาษาอาหรับหลายครั้ง แพ้บ้าง ชนะบ้าง
๗) ฉันอยู่ปักกิ่งมา ๒ ปีแล้ว ยังไม่ไปพระราชวังโบราณเลย
๘) เขาว่าเขาไปชมมหาศาลาประชาคม ๒ ครั้งแล้ว

สนทนา (คุยกันระหว่างเพื่อนนักศึกษา)

- เธอเคยไปเที่ยวกำแพงเมืองจีนไหม
- ยังไม่เคยไปเลย เธอล่ะ เคยไปหรือเปล่า
- เคยไป ๒ ครั้ง น่าเที่ยวจริงๆ

บทที่ ๔   โดยสารรถ

- ปีนี้ฉันว่าจะไปสักครั้ง ไปยังไงดีไม่รู้
- ไปได้ทั้งรถเมล์และรถไฟ

๔. ไม่กี่....   才几……, 没几……。用于陈述句，表示一个不确定的数量，含有说话人认为数量不多的意思。也可用在 ร้อย พัน .... 等词前，构成 ไม่กี่ร้อย ไม่กี่พัน .... 这样的结构。

ตัวอย่าง   ข้อความตอนนี้มีคำศัพท์ไม่กี่คำ
เดินไม่กี่นาทีก็ถึง
เมื่อไม่กี่วันมานี้เขาเคยมาหาฉันครั้งหนึ่ง

แบบฝึกหัด   จงใช้ "....ไม่กี่...." ตอบคำถามข้างล่าง (用 "....ไม่กี่...." 句型回答下列问题。)

๑) ห้องนั้นมีเก้าอี้มากไหม
๒) เขามีหนังสือหลายเล่มไม่ใช่หรือ
๓) บทนี้เธอมีปัญหามากไหม
๔) เธอซื้อซาละเปากี่ลูก
๕) เทอมนี้พวกเธอเรียนหลายบทแล้วใช่ไหม
๖) เธอติดเงินมาเท่าไหร่(เวลาตอบให้ใช้"ร้อย"ด้วย)
๗) เขามากันบ่อยไหม(เวลาตอบให้ใช้"เดือนละ....")
๘) เขาคงมากันหลานคนสิ
๙) เธอเห็นเขาทำกันอยู่กี่คน
๑๐) วันนี้ ในที่ประชุมมีคนพูดกันมากไหม
๑๑) เธอคงไปเที่ยวอี๋เหอหยวนบ่อยสิ
๑๒) เขากลับไปหลายวันแล้วใช่ไหม

สนทนา (คุยกันระหว่างคนแปลกหน้ากับนักศึกษา)

- ห้องทำงานสาขาวิชาภาษาไทยอยู่ที่ไหนคะ
- อยู่ที่ตึกภาษาต่างประเทศค่ะ
- ไกลไหมคะ
- ไม่ไกลหรอก เดินไม่กี่นาทีก็ถึงค่ะ
- อาจารย์สอนภาษาไทยคงมีหลายคนสิคะ
- มีไม่กี่คนค่ะ

๕. .....เท่านั้น   仅……，才……，只……。可用在确定的数量结构之后，也可用在不确定的数量结构之后，表示数量小。

ตัวอย่าง   ชั้นเรามีนักศึกษา ๑๐ คนเท่านั้น
ยังเหลือเวลาอีกมากไหม
  - ไม่มาก อีกไม่กี่นาทีเท่านั้น

แบบฝึกหัด ๑   จงใช้คำที่ให้ไว้แต่งประโยคตามประโยคตัวอย่าง (用所给词语仿照例句造句。)

๑) ห้องนี้, ฉางเฉียงกับฉัน ๒ คน
๒) จากนี่ไปโรงพยาบาลมหาวิทยาลัย, ประมาณ ๕๐๐ เมตร
๓) (เขาไม่ได้กลับบ้านทุกวันหรอก) เขากลับบ้าน, เดือนละไม่กี่ครั้ง
๔) บทนี้, มีคำศัพท์ ๒๐ คำ
๕) หนังสือชุดนี้ถูก, ๖ หยวน
๖) จากนี่ไปที่ทำการไปรษณีย์, เดิน ๕ นาทีก็ถึง

แบบฝึกหัด ๒ จงตอบคำถามต่อไปนี้โดยใช้รูปประโยค“....เท่านั้น” (用 “....เท่านั้น” 句型回答下列问题。)

๑) จากนี่ถึงบ้านเธอใช้เวลาเดินประมาณเท่าไหร่
๒) เธอเรียนภาษาไทยมากี่ปีแล้ว
๓) สาขาวิชาภาษาไทยมีอาจารย์กี่คน
๔) ปกติ เธอดูหนังอาทิตย์ละกี่ครั้ง
๕) แข่งบาสเกตบอลครั้งนี้ สาขาเราชนะเขากี่คะแนน
๖) ยังเหลือเวลาอีกเท่าไหร่งานจะเริ่ม

สนทนา (คุยกันระหว่างเพื่อนนักศึกษา)

- ค่ารถไฟใต้ดินแพงไหม
- ไม่แพงหรอก ครั้งละ ๒ หยวนเท่านั้น
- เธอนั่งรถไฟใต้ดินบ่อยไหม
- ไม่บ่อยหรอก เคยนั่งมา ๒-๓ ครั้งเท่านั้น

๖. ....ดี 副词，用在意义积极的形容词之后，含有满意、赞赏的意思。

ตัวอย่าง ห้องนี้สะอาดดี
การคมนาคมที่ปักกิ่งสะดวกดี

แบบฝึกหัด ๑ จงหัดพูดประโยคต่อไปนี้ แล้วแปลเป็นภาษาจีน (练习下列句子并将其译成汉语。)

๑) เขาออกเสียงชัดดี
๒) อาหารมื้อนี้อร่อยดี
๓) โซฟาตัวนี้นั่งสบายดี

๔) ปกหนังสือเล่มนี้ทำสวยดี

๕) รถคันนี้วิ่งเร็วดี

๖) อากาศวันนี้อุ่นสบายดี

๗) เครื่องเทปอย่างนี้ใช้ง่ายดี

๘) ห้องประชุมห้องนี้กว้างดี

แบบฝึกหัด ๒ จงใช้คำต่อไปนี้แต่งประโยคตามตัวอย่าง（用下列词汇仿照例句造句。）

๑) สนุก	๒) สว่าง
๓) แข็งแรง	๔) เบา
๕) ใหญ่	๖) สวย

๗. ....ขึ้น ....ลง ....ไป ....มา 这几个都是趋向动词，用在谓语动词（或短语）之后，表示趋向。泰语中这类词所表达的意义与汉语不尽相同，下面讲的是这几个词的常用意义。

ขึ้น 表示向上的、好的或增多的趋势；**ลง** 表示向下的、坏的或减少的趋势；**ไป** 表示趋远；**มา** 表示趋近。

ตัวอย่าง			
	ลุกขึ้น	มากขึ้น	ดีขึ้น
	นั่งลง	น้อยลง	ทรุดลง
	ออกไป	ส่งไป	วิ่งไป
	เข้ามา	เอามา	เดินมา

แบบฝึกหัด จงเติมคำว่า"ขึ้น ลง ไป มา"ลงไปในประโยคต่อไปนี้ให้ได้ความถูกต้อง แล้วแปลเป็นภาษาจีน（将 "ขึ้น ลง ไป มา" 填入下列句子中并将句子译成汉语。）

๑) การเรียนของเขาดี

๒) เขาเดินผ่านฉัน

๓) ชางเพิ่งจากที่นี่ไม่นาน
๔) เขาค่อยยังชั่วมากแล้ว
๕) อุณหภูมิสูงเรื่อย ๆ
๖) จิ้งเอาสมุดให้เรา
๗) อาจารย์ว่าการทำแบบฝึกหัดของเราผิดน้อย
๘) ช่วยส่งสมุดเหล่านี้ให้อาจารย์ด้วยนะ
๙) ราคาสินค้าบางอย่างลด บางอย่างแพง
๑๐) สุขภาพของนักศึกษาเราดี การเจ็บป่วยลดน้อย
๑๑) หนังสือเล่มนี้ยืม ๒ อาทิตย์แล้ว ว่าจะส่งคืนเขาบ่ายนี้
๑๒) เห็นเขาเข้านานแล้ว ยังไม่เห็นออกเลย

๘. ....เลย **เลย** 是语气助词。除了用在否定句中强调否定作用之外，还可以用在陈述句之后，表示多种语气。如可以表示允诺或认同，含有不必多考虑了，不需再犹豫了，就这么定了的意思；或者表示不必通过什么手续、不必经过很复杂的过程或不必用很长时间就能达到目的这样的语气。此外还可以表示强调，除了强调无例外这种情况外（参看第一册第20课的注解），还常用在**มาก ทีเดียว จริง ๆ**等副词之后，以增强语气。

ตัวอย่าง ๑ ไม่มีงานอะไรอีกแล้ว เธอกลับได้เลย

แบบฝึกหัด จงหัดพูดข้อความโต้ตอบต่อไปนี้ แล้วแปลเป็นภาษาจีน（练习下列对话，并将其译为汉语。）

๑) รอเขาอีกหน่อยไหม - ไม่ต้องรอหรอก กินเลย
๒) ถึงเวลาแล้ว เริ่มได้หรือยัง - เริ่มได้เลย
๓) เสื้อตัวนี้สวยนะ - ถ้าชอบก็ซื้อเลย
๔) วันนี้ท่าจะทำไม่เสร็จแล้วสิ - เออ เลิกกันเสียเลยดีกว่า
๕) มากันครบแล้ว ไปได้หรือยัง - ไปเลย
๖) (รถเมล์สายนี้)ถึงมหาวิทยาลัยภาษาต่างประเทศไหม
- ถึงค่ะ ขึ้นเลย

ตัวอย่าง ๒ เขาเก่งจริง ๆ ฟังเที่ยวเดียว ก็จำได้เลย

แบบฝึกหัด จงหัดพูดข้อความต่อไปนี้ แล้วแปลเป็นภาษาจีน（练习下列句子，并将其译为汉语。）

๑) หนังวันนี้เขาให้ดูฟรี ใครก็เข้าไปดูได้เลย
๒) ไม่ต้องรอนานค่ะ แป๊บเดียวก็เสร็จเลย
๓) หอสมุดรึ จากนี่ตรงไป แล้วเลี้ยวขวาก็ถึงเลย
๔) ยาชนิดนี้ดีมาก กินเม็ดเดียว(อาการปวดหัว)ก็หายเลย
๕) เขากินเร็วจัง ไม่กี่นาทีอาหารก็หมดจานเลย
๖) ไม่ยุ่งยากอะไรหรอก หัด(ขับรถ)ซัก ๒-๓ วันก็ขับได้เลย

ตัวอย่าง ๓ ทำอย่างนี้ดีมากทีเดียวเลย

แบบฝึกหัด จงหัดพูดประโยคต่อไปนี้ แล้วแปลเป็นภาษาจีน（练习下列句子，并将其译为汉语。）

๑) บทนี้ยากมากทีเดียวเลย
๒) โอ๊ย เจ็บมากเลย เบา ๆ หน่อยซี่
๓) วิวที่นี่สวยมากทีเดียวเลย
๔) อย่าให้เขารู้นะ ไม่งั้นเราตายเลย
๕) วันนี้ซวยจริง ๆ เลย
๖) หยุดติด ๆ กันหลายวัน ไปเที่ยวที่ไกล ๆ ได้ละ ดีจังเลย

บทที่ ๔   โดยสารรถ

บทสนทนา

(คุยกันระหว่างเฉินชางกับเหลียงอี้)

เฉินชาง	พรุ่งนี้อี้จะไปชมมหาศาลาประชาคมเหมือนกันใช่ไหม
เหลียงอี้	ใช่
เฉินชาง	อี้จะไปยังไง
เหลียงอี้	ว่าจะขี่จักรยานไป ไม่อยากไปเบียดรถเมล์(รถประจำทาง)กับเขา
เฉินชาง	วันอาทิตย์รถเมล์(รถประจำทาง)คนคงแน่นมาก
เหลียงอี้	ใช่ แล้วต้องเสียเวลาต่อรถอีกด้วย
เฉินชาง	เสียดายเราขี่จักรยานไม่เป็น ก็ต้องไปเบียดกับเขาละ
เหลียงอี้	อี้ว่าชางไปรถไฟใต้ดินดีกว่า
เฉินชาง	รถไฟใต้ดินไปยังไง เรายังไม่เคยใช้บริการเขาเลย
เหลียงอี้	ก็ชางขึ้นรถไฟใต้ดินสาย ๔ ที่ประตูด้านตะวันออกของมหาวิทยาลัยเรา ลงที่สถานีซีตาน แล้วต่อรถไฟใต้ดินสาย ๑ ก็ถึงสถานีเทียนอานเหมินเลย
เฉินชาง	ค่ารถไฟใต้ดินแพงไหม
เหลียงอี้	ไม่แพงหรอก คนละ ๒ หยวนเท่านั้น ไปได้ตลอดทุกสาย
เฉินชาง	การคมนาคมที่ปักกิ่งสะดวกดีนะ
เหลียงอี้	ก็นับว่าสะดวกมาก มีทั้งรถประจำทาง รถไฟฟ้า และรถไฟใต้ดิน หลายปีมานี้ ทางรถเพิ่มขึ้นหลาย ๆ สาย โดยเฉพาะรถไฟใต้ดิน ไปได้เกือบทุกทิศทุกทาง และค่ารถก็ถูกมาก ๆ แต่อย่างไรก็ตาม ก็ยังไม่พอกับจำนวนผู้โดยสารอยู่นั่นเอง โดยเฉพาะเวลาเข้างานและเลิกงาน คนแน่นมาก สู้ขี่จักรยานไปไม่ได้
เฉินชาง	เป็นการออกกำลังกายในตัวด้วย
เหลียงอี้	ใช่

(คุยกันระหว่างหยางลี่กับฉางเฉียง)

ฉางเฉียง	ลี่จะไปไหนหรือ

55

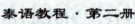

หยางลี่	ไปสถานีรถไฟ ไปรับพ่อ
ฉางเฉียง	ไปยังไง
หยางลี่	เรียกแท็กซี่ไป
ฉางเฉียง	พ่อของลี่มาธุระอะไรหรือ
หยางลี่	มาประชุม
ฉางเฉียง	ทำไมไม่มาเครื่องบินล่ะ เร็วและสะดวกกว่า
หยางลี่	พ่อเมาเครื่องบิน เลยมารถไฟ แล้วก็ปลอดภัยกว่าด้วย
ฉางเฉียง	พ่อเธอมาขบวนไหน
หยางลี่	มาขบวน ๑๔ ถึงปักกิ่งราว ๗ โมงเช้าเศษ
ฉางเฉียง	พ่อเธอบอกเบอร์ตู้รถหรือเปล่า
หยางลี่	บอก ตู้นอนเบอร์ ๗ ติดกับตู้เสบียง
ฉางเฉียง	งั้นก็ดีแล้ว ลี่ตีตั๋วชานชาลาเข้าไปรับที่หน้าประตูตู้ได้เลย
หยางลี่	ลี่ก็คิดอย่างนี้เหมือนกัน

ข้อสังเกต

๑. แล้วต้องเสียเวลาต่อรถอีกด้วย

这句话如果说完整应该是："นอกจากคนแน่นแล้ว ยังต้องเสียเวลาต่อรถอีกด้วย"，在口语中往往将语言环境已经很清楚了的部分省略。因此，此处的"แล้ว"是"此外"、"况且"、"而且"的意思。

๒. ..... แต่ก็ยังไม่พอกับจำนวนผู้โดยสารอยู่นั่นเอง

"นั่นเอง" 起强调谓语 "ก็ยังไม่พอกับจำนวนผู้โดยสารอยู่" 的作用。

แบบฝึกหัด

๑. แบบฝึกหัดออกเสียง

๑) จงออกเสียงสระในคำต่อไปนี้ให้ถูกต้อง

ถือ - เธอ	ซื่อ - เซ่อ	มือ - เมอ
ปืน - เปิ่น	จืด - เจิด	หือ - เหอ
ลืด - เลิศ	พึ่ง - เพิ่ง	กึ๋น - เกิน
ขืน - เขิน	ชืด - เชิด	ดื่ม - เดิม

๒) จงออกเสียงสระในคำต่อไปนี้ให้ถูกต้อง

แอ - ไอ - อาย	แบ - ใบ - บาย
แส - ใส - สาย	แต่ - ไต่ - ตาย
แห - ไห - หาย	แค่ - ไข้ - ค่าย
แก่ - ไก่ - ก่าย	แพ - ภัย - พาย
แม่ - ไม่ - ม่าย	แร่ - ไร่ - ร่าย
แป - ไป - ป้าย	แช่ - ใช่ - ชาย

๒. จงตอบคำถามต่อไปนี้

๑) การคมนาคมที่ปักกิ่งเป็นอย่างไรบ้าง

๒) ปักกิ่งมีรถเมล์มากไหม

๓) ค่าตั๋วรถเมล์ที่ปักกิ่งแพงไหม

๔) ปักกิ่งมีรถไฟใต้ดินไหม มีกี่สาย ค่าตั๋วแพงหรือถูก

๕) ปักกิ่งมีรถแท็กซี่มากไหม ค่ารถเป็นอย่างไรบ้าง

๖) คนปักกิ่งใช้รถอะไรมากที่สุด เพราะอะไร

๗) จากมหาวิทยาลัยปักกิ่งไปมหาวิทยาลัยภาษาต่างประเทศปักกิ่งไปอย่างไร

๘) จากมหาวิทยาลัยปักกิ่งไปสถานีรถไฟไปอย่างไร

๙) เธอเคยไปเซี่ยงไฮ้ไหม จากปักกิ่งไปเซี่ยงไฮ้ไปได้อย่างไรบ้าง

๑๐) เธอเคยไปกวางเจาไหม จากปักกิ่งไปกวางเจาไปได้อย่างไรบ้าง

๓. จงพิจารณาดูว่าประโยคต่อไปนี้ประโยคไหนเติมคำว่า"เคย"ลงไปได้และประโยคไหนเติมไม่ได้

๑) เมื่อเช้าจินตนามาหาเธอ ๒ ครั้ง
๒) จินตนามาเมืองจีน ๒ ครั้ง
๓) อาหารเย็นวันนี้ฉันกินแล้ว
๔) เราไม่ได้เห็นหน้ากัน ๒ ปีแล้ว
๕) รู้สึกว่าพบเขามาครั้งหนึ่งแล้ว
๖) เขาเป็นกรรมกรมา ๒ ปี แต่ตอนนี้กำลังคิดจะไปเรียนหนังสือในมหาวิทยาลัย
๗) เธอเรียนภาษาอังกฤษมาบ้างไหม
๘) เรื่องนี้พวกเธออภิปรายหรือยัง
๙) เรื่องนี้ฉันไม่ได้ยินเลย
๑๐) เดือนนี้ฉันเขียนจดหมายถึงบ้าน ๒ ฉบับ
๑๑) ฉันยังไม่ไปเที่ยวกำแพงเมืองจีนเลย อยากจะไปสักครั้ง
๑๒) เดือนนี้ฉันไปเยี่ยมท่าน ๒ ครั้งแล้ว

๔. จงใช้คำบุพบท"ใน ที่ จาก บน ใต้ กับ...."เติมช่องว่างให้ได้ความถูกต้อง

กริ๊ง ๆ เสียงกริ่ง....ผนังดังขึ้น เรารีบลุกขึ้น...เตียง สวมเสื้อผ้าและรองเท้าแล้ววิ่งออกไปออกกำลังกายกัน เสร็จแล้วก็กลับมาจัดเตียง ทำความสะอาดห้องและล้างหน้าล้างตา

เช้าๆ อากาศดี พวกเรามักหัดอ่านออกเสียง....เวลาตอนนี้ บางคนไปหัดอ่าน.....สนาม บางคนไปนั่งอ่าน.....เก้าอี้.....ต้นไม้ บางคนหัดสนทนากัน.....เพื่อน....ห้องพัก ถึงเวลากินอาหารเช้า เราก็ไปกินข้าวกัน....โรงอาหาร แล้วไปเรียนกัน

๕. จงอ่านและคัดข้อความต่อไปนี้

การเดินทางในประเทศไทย

ในประเทศไทยถ้าจะเดินทางไปเที่ยว หรือไปทำธุรกิจต่าง ๆ เราไปได้ถึงสามทางด้วยกัน คือทางบก ทางน้ำ และทางอากาศ

ทางบกมีรถไฟ รถเมล์และรถแท็กซี่ ซึ่งจะพาเราไปได้ทั่วทุกจังหวัดในประเทศไทยอย่างสะดวกสบาย และราคาก็ไม่แพงเกินไปนัก

ทางน้ำ มีเรือที่ใช้รับส่งคนโดยสารที่อยู่ตามจังหวัดใกล้ ๆ แม่น้ำ แต่คนส่วนมากมักไม่ชอบไปทางเรือ เพราะว่าช้ามากทำให้เสียเวลา

ทางอากาศ มีเครื่องบินรับส่งคนโดยสารตามจังหวัดใหญ่ ๆ หลายจังหวัด เช่นเชียงใหม่ ลำปาง อุบลฯ อุดรฯ และสงขลา เป็นต้น แต่คนที่ไม่มีธุระด่วนมักจะไม่ไปทางอากาศ เพราะค่าโดยสารแพงมาก

ศัพท์และวลี

โดยสาร	乘（车、船、飞机）
รถไฟฟ้า	电车
รถไฟใต้ดิน	地铁
ประชาชน	人民
มหาศาลาประชาคม	人民大会堂
พอไปได้	还可以，还过得去
ฝรั่ง	西洋的；洋人
อาหารฝรั่ง	西餐
กำแพง	围墙
น่าเที่ยว	好玩，值得一玩
คนแปลกหน้า	陌生人
เหลือ	剩
การคมนาคม	交通（事业）
โซฟา	沙发
เรื่อย	不断的
รถเมล์	公共汽车
รถประจำทาง	公共电、汽车
แท็กซี่	出租车
เรือ	船
หอประชุมประชาชน	人民大会堂
แน่น	拥挤
รีบ	赶紧
เมา	晕（车、船、飞机）；醉
นวนิยาย(นะ-วะ-)	小说
กำแพงเมืองจีน	长城
ทั้ง....และ....	既……又……
ที่ประชุม	会上
เมตร(เม็ด)	米，公尺
คมนาคม(คะ-มะ-นา-คม)	交通
ผ่าน	经过
สินค้า	商品

ทีเดียว	确实，极其
แป๊บเดียว	一会儿
ขวา	右
ซัก	สัก的变音
วิว	风景（view）
เบียด	挤
เสียดาย	遗憾，可惜
ต้อง	不得不，必须
ตลอดสาย(ตะ-หลอด-)	全程
ผู้โดยสาร	乘客
เข้างาน	上班
ทิศ	方向
ทุกทิศทุกทาง	四面八方
....ในตัว	本身就......；同时还......
ปลอดภัย	安全
เศษ	剩下的，余下的；整数后的余数
ตู้เสบียง	餐车
นอกจาก....แล้วยัง....อีกด้วย	除了……外，还……
กริ๊ง ๆ	（铃声）
ผนัง	墙壁
ล้างหน้าล้างตา	= ล้างหน้า
บก	陆地
ฟรี	自由；免费
เลี้ยว	拐弯
ยุ่งยาก	难，棘手
โอ๊ย	哎哟
ซวย	倒霉
ต่อ	换（车），倒（车）
สาย	条，路（公共车辆）
เพิ่ม	增加
โดยเฉพาะ	尤其是，特别是
เลิกงาน	下班
ทิศทาง	方向
อย่างไรก็ตาม	无论如何，不管怎样
เลย....	因此
ขบวน	列
ตู้รถ	车厢
ตู้นอน	卧铺车厢
ติด	挨着，连着
ชานชาลา	站台
เห็นหน้ากัน	见面
ตอนนี้	=เวลานี้ 眼下，现在
กริ่ง	铃
ลุกขึ้น	起来
ธุรกิจ(ทุ-ระ-กิด)	事务，生意
ทางบก	陆路

บทที่ ๘ โดยสารรถ

ทางน้ำ	水路	ทางอากาศ	空中
ซึ่ง	（起说明作用的结构助词）	ทั่ว	全
อย่าง....	……地	จังหวัด	府（泰国中央政府下的行政区划单位）
เกินไป	太，过分		
ที่	（起限定作用的结构助词）	ตาม	各处（介词）
		แม่น้ำ	江，河
เชียงใหม่	清迈（府）	ลำปาง	喃邦（府）
อุบลฯ	乌汶（府）	อุดรฯ	乌隆（府）
สงขลา	宋卡（府）	เป็นต้น	等等
ด่วน	急的，紧急的		

บทอ่านประกอบ

ตอนบ่าย ครูไพลินเดินเข้ามาในห้องเรียน หัวหน้าชั้นบอกนักเรียนทำความเคารพ นักเรียนชายยืนตรง นักเรียนหญิงกราบลงบนโต๊ะ ครูไพลินทักทายนักเรียนแล้วเอากระดาษที่ถือมาไปติดไว้บนป้ายข้างกระดานดำ ในกระดาษมีตัวหนังสือเรียงกันเป็นระเบียบ และถามว่า ใครอ่านได้บ้าง นักเรียนหลายคนลองอ่าน แต่ไม่มีใครอ่านได้ครบทุกบรรทัด

"นักเรียนคงอ่านได้ไม่ครบทุกคำ เพราะบางคำยากและยังไม่ได้เรียน" ครูไพลินพูด "คอยฟังนะคะ ครูจะอ่านให้ฟัง รักชาติ ศาสนา พระมหากษัตริย์ เป็นคุณสมบัติของคนไทย" เมื่ออ่านจบแล้วก็อ่านซ้ำช้าๆ ให้นักเรียนอ่านตาม

ดวงแก้วว่า "เป็นคำสั่งของโรงเรียนหรือคะ"

"ไม่ใช่คำสั่งค่ะ และไม่ได้เป็นข้อบังคับด้วย แต่เป็นคำเตือนใจให้รักประเทศ-ชาติ" ครูไพลินพูด "นักเรียนอ่านแล้วเข้าใจว่าอย่างไร"

นักเรียนหลายคนช่วยกันตอบ นักเรียนตอบได้หลายคน แต่ยังไม่ค่อยถูกต้อง ครูไพลินจึงชูภาพที่เตรียมมาให้นักเรียนดูและอธิบายว่า

"ชาติเปรียบเหมือนครอบครัวใหญ่ ศาสนาคือคำสั่งสอนที่เรานับถือและปฏิบัติตาม พระมหากษัตริย์คือที่รวมกำลังใจของคนไทย บางทีเราเรียกว่าพระเจ้าแผ่นดิน หรือในหลวง ทั้งหมดนี้เป็นสิ่งมีค่าที่คนไทยต้องช่วยกันรักษาไว้ เราจึงพูดว่าคุณสมบัติของคนไทย คือรู้จักรักษาสิ่งที่มีค่า"

"ถ้าอย่างนั้น เด็กๆ ทุกคนจะต้องรักชาติ นับถือศาสนา และรักพระมหากษัตริย์ด้วยใช่ไหมคะ" ดวงแก้วถาม

"ใช่ค่ะ" ครูไพลินตอบและชมว่า ดวงแก้วฉลาดมาก ครูไพลินถามต่อไปว่า "ใครรู้บ้างว่า รักแล้วจะทำอย่างไร"

ปีติบอกว่า โตขึ้นจะเป็นทหาร เวลารบกันจะได้ยิงปืนป้องกันประเทศ มานีจะเป็นครู สอนเด็กให้รู้หนังสือ ชูใจจะเป็นหมอรักษาคน

ครูไพลินบอกให้นักเรียนทราบว่า ไม่ต้องรอจนโตก็รักชาติได้ เมื่อยังเล็กอยู่ควรทำตัวให้เป็นเด็กดี สุภาพเรียบร้อย ปฏิบัติตามคำสั่งสอนของพ่อแม่และครู ก็แสดงว่ารักชาติ ศาสนา และพระมหากษัตริย์ พอโตขึ้นก็ทำงานมีอาชีพ เป็นการช่วยชาติบ้านเมืองได้ ใครที่ไม่ทำเช่นนี้ก็ไม่ใช่คนไทย เพราะไม่มีคุณสมบัติของคนไทย

ศัพท์และวลีในบทอ่าน

เคารพ	尊敬	ทำความเคารพ	敬礼
กราบ	跪拜，拜	ถือ	持
ตัวหนังสือ	字	บรรทัด	行
รัก	爱	ชาติ	国家；民族
ศาสนา	宗教	พระมหากษัตริย์	国王
คุณสมบัติ	品德，美德	คำสั่ง	命令
ข้อบังคับ	规则，守则	คำเตือนใจ	警句
ประเทศชาติ	国家	เข้าใจ	理解
ภาพ	图	เปรียบเหมือน	好比

บทที่ ๔ โดยสารรถ

คำสั่ง	命令	ครอบครัว	家庭
คำสั่งสอน	教导	นับถือ	敬仰；信奉
รวม	集中，汇合	กำลังใจ	信心，勇气
พระเจ้าแผ่นดิน	国王	ในหลวง	皇上
ทั้งหมดนี้	所有这些	ช่วยกัน	共同……，一起来……
ทหาร	士兵		
รบ	作战	ยิง	射击
ปืน	枪	ป้องกัน	保卫
รอ	等候	สุภาพ	礼貌
ปฏิบัติ	遵守，执行	คำสั่งสอน	教导
อาชีพ	职业	บ้านเมือง	国家
ชาติบ้านเมือง	国家		

บทที่ ๕ ถามทาง

รูปประโยคและการใช้คำ

๑. (อยู่)ใกล้กับ.... 离……近。

(อยู่)ติดกับ.... 挨着……。

(อยู่)ตรงกันข้ามกับ.... （在）……对面。

ตัวอย่าง มหาวิทยาลัยปักกิ่งอยู่ใกล้กับสวนอี๋เหอหยวน
ที่ทำการไปรษณีย์อยู่ติดกับร้านขายของ
พิพิธภัณฑสถานแห่งชาติอยู่ตรงกันข้ามกับมหาศาลาประชาคม

แบบฝึกหัด จงใช้คำที่ให้ไว้แต่งประโยคตามประโยคตัวอย่าง（用所给词语仿照例句造句。参看第73页示意图。）

๑) โรงแรมโกวจี้	สถานีรถไฟ
๒) อนุสาวรีย์วีรชนประชาชน	เทียนอันเหมิน
๓) ตลาดตงอาน	ห้างสรรพสินค้าหวางฝูจิ่ง
๔) ร้านมิตรภาพ	สะพานลอยเจี้ยนโกว๋เหมิน
๕) ตงฟางสแควร์	โรงแรมปักกิ่ง
๖) สวนสาธารณะจงซาน	มหาศาลาประชาคม
๗) วังวัฒนธรรมประชาชนผู้ใช้แรงงาน	พิพิธภัณฑสถานแห่งชาติ
๘) วังวัฒนธรรมประชาชนผู้ใช้แรงงาน	เทียนอันเหมิน
๙) สวนสาธารณะจิ่งซาน	ประตูหลังพระราชวังโบราณ
๑๐) สวนสาธารณะเป๋ยไห่	สวนสาธารณะจิ่งซาน

สนทนา (คุยกันระหว่างเพื่อนนักศึกษา)

- อี่รู้จักวังวัฒนธรรมประชาชนผู้ใช้แรงงานไหม
- รู้จัก อยู่ติดกับเทียนอันเหมินไง
- อยู่ด้านตะวันออกหรือด้านตะวันตก
- ด้านตะวันออก ตรงกันข้ามกับพิพิธภัณฑสถานแห่งชาติ
- อยู่ใกล้กับสวนสาธารณะจงซานไหม
- อยู่ไม่ไกลกัน

๒. เมื่อ....ก็.... **เมื่อ....**句表示那个时候，那种条件；**ก็....**句表示就会出现某种状况或某种行为。这个句型很像汉语中的“当……（时候），就……”，“……后，就……”。

ตัวอย่าง เมื่อเลิกงาน คนงานก็กลับบ้าน
เมื่อคิดถึงคำเตือนของคุณแม่ ฉันก็งดสูบบุหรี่ทันที

แบบฝึกหัด จงทำประโยคต่อไปนี้ให้เป็นประโยคสมบูรณ์（完成下列句子。）

๑) เมื่อกระดิ่งดัง ....
๒) เมื่อล้างหน้าล้างตาเสร็จ ....
๓) เมื่อเขาอายุ ๖ ขวบ ....
๔) เมื่อวิ่งถึงรอบสุดท้าย ....
๕) เมื่อเห็นว่าไม่มีใครเห็นด้วย ....
๖) เมื่อนักเรียนอ่านจบ ....
๗) เมื่อพูดถึงเรื่องเที่ยว ....
๘) เมื่อเขาพูดจบ ....
๙) เมื่อเขาไม่ยอมเชื่อฟังคำเตือนของเรา ....
๑๐) เมื่อเห็นทุกคนมากันครบแล้ว ....

สนทนา (คุยกันระหว่างเพื่อนนักศึกษา)

- ฉันมีลุงอยู่ปักกิ่งคนหนึ่ง (เมื่อ)ถึงปักกิ่งวันแรก ฉันก็ไปหาลุงทันที
- เธอรู้จักบ้านลุงหรือ
- เมื่อลุงรู้ข่าวว่าฉันจะมาเรียนที่มหาวิทยาลัยปักกิ่ง ลุงก็เขียนจดหมายไปถึงพ่อฉัน สั่งให้ฉันมาหาท่าน และเขียนแผนที่ส่งไปด้วย

๓. ....แหละ 是加强肯定语气的语气助词，常常跟**นี่ นั่น**连用，成为**....นี่แหละ ....นั่นแหละ**；如果**แหละ**前面已经有**นี้ นั้น**或其他副词出现，就不必再加**นี่ นั่น**。

ตัวอย่าง

๑) อยู่นี่แหละ ไม่ได้หายไปไหน
๒) เมื่อเขาไม่สนใจฟัง ไม่สนใจทบทวน ก็มีแต่สอบตกเท่านั้นแหละ
๓) นี่แหละ คือปัญหา
๔) คนที่ใส่หมวกแดงนั่นแหละ มาหาเธอหลายครั้งแล้ว
๕) คู่นี้ดีแล้ว เอาคู่นี้แหละ
๖) ฉันผิดเองแหละ อย่าไปโทษเขา
๗) จะไปเมื่อไหร่ - จะไปเดี๋ยวนี้แหละ
๘) เรื่องก็มีอยู่เท่านี้แหละ
๙) นิสัยสองพี่น้องผิดกันทีเดียวแหละ
๑๐) ก็อย่างว่าแหละ - พลาดไปนิด ฉลาดขึ้นหน่อย

สนทนา (คุยกันระหว่างคนที่ไม่รู้จักกัน)

- ขอโทษ ตึกโสตทัศนศึกษามหาวิทยาลัยอยู่ที่ไหนคะ
- คุณรู้จักหอประชุมมหาวิทยาลัยไหมครับ
- รู้จักค่ะ
- ตึกโสตทัศนศึกษาอยู่ตรงกันข้ามกับหอประชุมครับ
- อ้อ ตึกสีเหลือง ๆ ใช่ไหมคะ
- ถูกแล้ว ตึกสีเหลือง ๆ นั่นแหละครับ

บทที่ ๕   ถามทาง

๔. ....ตาม....   当介词用时有以下几种常用的含义。

1）跟随

ตัวอย่าง　๑）โปรดพูดตามอาจารย์

๒）ฉันรำตามเขา

๓）เราร้องตามจังหวะ

๔）กระทงลอยไปตามกระแสน้ำ

๕）กระดาษปลิวไปตามลม

2）按，按照

ตัวอย่าง　๑）นักเรียนทำตามคำสั่งของครู

๒）โปรดเขียนตามคำบอก

๓）เราเรียนตามตารางสอน

๔）ฉันไปตามเวลานัด

๕）เราจัดการตามหลักนโยบาย

3）沿，顺

ตัวอย่าง　๑）คุณเดินไปตามทางนี้ก็ถึง

๒）เขาปลูกต้นไม้ตามสองข้างทาง

๓）เราพายเรือไปตามแม่น้ำ

๔）เรือแล่นไปตามชายฝั่งทะเล

๕）หลังอาหารเย็น เขามักไปเดินเล่นกันตามริมสระ

4）后面接一个处所名词，表示所有这些地方。

ตัวอย่าง　๑）เขาปักธงไว้ตามที่ต่าง ๆ

๒）ในวันงาน ผู้คนชอบพาเด็ก ๆ ไปเที่ยวตามสวน

๓）เราไปหาเขาตามห้องต่าง ๆ

๔）พอถึงวันงาน เขาจะประดับไฟตามสถานที่สำคัญ ๆ

๕) เราไปหาซื้อหนังสือเล่มนี้ตามร้านขายหนังสือ
๖) มีเรือรับส่งคนโดยสารที่อยู่ตามจังหวัดใกล้ๆ แม่น้ำ
๗) สิ่งเหล่านี้มีขายตามร้านค้าทั่วไป
๘) มีประกาศปิดไว้ตามกำแพง

แบบฝึกหัด จงใช้คำว่า"....ตาม...."แต่งประโยคความหมายละ ๒ ประโยค (用 "....ตาม...." 造句,一个用法造两个句子。)

๕. .....ไม่ทราบ 口语中置于问句后,使问话的语气比较客气,比较委婉。

ตัวอย่าง ขอโทษ คุณชื่ออะไรไม่ทราบ
คุณจะทานอะไรไม่ทราบ

แบบฝึกหัด จงทำประโยคต่อไปนี้เป็นประโยค"....ไม่ทราบ"ตามตัวอย่าง (仿照例句将下列句子改为用 "....ไม่ทราบ" 的句子。)

๑) บ้านของเขาอยู่ที่ไหน
๒) หมายความว่าอย่างไร
๓) จริงหรือเปล่า
๔) เขาเก่งแค่ไหน
๕) จะเอาเท่าไร
๖) จะให้ฉันไปพบเขาที่ไหน
๗) บ้านอาจารย์ไปยังไง
๘) ตอนนี้เขาจะอยู่หรือเปล่า
๙) เขาจะเห็นด้วยหรือเปล่า
๑๐) คุณตั้งใจจะไปไหนอีกหรือเปล่า

สนทนา (คุยกันระหว่างนักศึกษากับอาจารย์)

- อาจารย์อยู่ตึก ๒๒ ใช่ไหมคะ
- เปล่า อยู่ตึก ๒๐
- อยู่ห้องเบอร์อะไรไม่ทราบ
- ห้อง ๒๐๙ จ้ะ

๖. ....แต่.... 用在谓语动词之后，宾语之前，表示谓语所涉及的对象只限于แต่后面的那一种。

ตัวอย่าง วัวควายกินแต่หญ้า (ไม่กินเนื้อสัตว์)
เขาไปกันหมดแล้ว เหลือแต่ฉันคนเดียว

แบบฝึกหัด จงใช้คำที่ให้ไว้แต่งประโยคตามตัวอย่าง（用所给词语汇仿照例句造句。）

๑) ขาย เครื่องดื่ม อย่างอื่น
๒) เรียน ภาษาไทย หรือเรียนภาษาอื่นด้วย
๓) มี นักศึกษาชายใช่ไหม
๔) ชอบ เพลงลูกทุ่ง เพลงลูกกรุง
๕) เก่ง พูด ทำไม่ค่อยได้
๖) คนไข้รายนี้กินได้ ของเหลว
๗) ชอบ อ่าน ไม่พูด
๘) ปลูกได้ข้าวโพดและข้าวฟ่าง ข้าวเจ้าปลูกไม่ได้

สนทนา (คุยกันระหว่างเพื่อนนักศึกษา)

- อาจารย์หวางอยู่ที่ไหน
- อาจารย์หวางคนไหน อาจารย์สอนภาษาศาสตร์ใช่ไหม

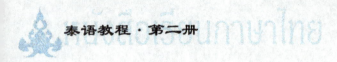

- ใช่
- จำได้แต่ว่าอยู่ตึก ๑๔ แต่ห้องเบอร์อะไรจำไม่ได้

บทสนทนา

(คุยกันระหว่างหวางหงกับเฉินชาง)

หวางหง ชาง รู้จักอาคารการบินพลเมืองจีนไหม

เฉินชาง รู้จัก

หวางหง อยู่แถวไหน

เฉินชาง หงรู้จัก"หอวิจิตรศิลป์" ไหม

หวางหง รู้จัก อยู่ใกล้กับโรงแรม"หัวเฉียว"ใช่ไหม

เฉินชาง ใช่ อาคารการบินพลเมืองจีนอยู่ใกล้สี่แยก"หอวิจิตรศิลป์" ตรงกันข้ามกับโรงแรม"หัวเฉียว"

หวางหง อ้อ พอนึกภาพออกแล้ว แล้ว"โรงละครโส่วตู"ล่ะ อยู่แถวไหนและไปยังไง

เฉินชาง ถ้าหงจากอาคารการบินพลเมืองจีนมาทางหอวิจิตรศิลป์นะ เมื่อมาถึง ๔ แยกก็เลี้ยวซ้าย เลยโรงแรมหัวเฉียวไป เดินราว ๕ นาทีก็ถึง

หวางหง อยู่ซ้ายมือหรือขวามือ

เฉินชาง อยู่ซ้ายมือ

(คุยกันระหว่างหลี่เวย์กับฉางเฉียง)

หลี่เวย์ เขียงรู้จักบ้านอาจารย์หวางไหม

ฉางเฉียง อาจารย์หวางไหน อาจารย์สอนภาษาอังกฤษใช่ไหม

หลี่เวย์ ใช่

ฉางเฉียง อยู่หอพักอาจารย์ตึก ๑๔

หลี่เวย์ ตึก ๑๔ ไปยังไง

ฉางเฉียง ถ้าเล็กไปทางนี้นะ เมื่อถึงสามแยกก็เลี้ยวซ้าย แล้วตรงไป เล็กจะเห็นสระสระหนึ่ง ตึกที่อยู่ฝั่งตรงกันข้ามนั่นแหละ ตึก ๑๔

หลี่เวย์	แล้วจะอ้อมไปทางขวาหรือทางซ้ายของสระล่ะ
ฉางเฉียง	เล็กเลี้ยวขวาเดินเลียบไปตามริมสระจะใกล้กว่า ถ้าเลี้ยวซ้ายข้ามสะพานหินไป ทางจะคดเคี้ยวหายาก
หลี่เวย์	อาจารย์อยู่ห้องเบอร์อะไรไม่รู้
ฉางเฉียง	อาจารย์อยู่ชั้น ๒ แต่ช่องไหนจำไม่ได้ จำได้แต่ว่าหน้าห้องอาจารย์มีต้นหลิวต้นใหญ่
หลี่เวย์	ขอบคุณพี่เขี่ยงค่ะ
ฉางเฉียง	เออ ปากหวานดีวันนี้

แบบฝึกหัด

๑. แบบฝึกหัดการออกเสียง

๑) จงอ่านออกเสียงสระในคำต่อไปนี้ให้ถูกต้อง

โรง - รอง	โจย - จอด
ตรง - ตรอง	โบก - บอก
โพธิ์ - พอ	โล่ง - ล่อง
ละคน - ละคร	ส่ง - ส่อง
โข - ขอ	โก้ - ก็
โทษ - ทอด	โมง - มอง

เล่น - แล่น	เร่ - แร่
เน้น - แน่น	เทป - แทบ
เก่ง - แกง	เทศ - แทตย์
เป็น - แป้น	เต้น - แตน
เปิด - แปด	เว้น - แว่น
เขน - แขน	เจ็บ - แจบ

๒) จงอ่านวลีต่อไปนี้ให้ถูกต้องโดยให้สนใจเสียงสั้นเสียงยาว

อาคารการบินพลเมืองจีน

หอวิจิตรศิลป์

โรงแรมหัวเฉียว

โรงแรมปักกิ่ง

ตงฟางสแควร์

วังวัฒนธรรมประชาชนผู้ใช้แรงงาน

พิพิธภัณฑสถานแห่งชาติ

สวนสาธารณะจงซาน

จัตุรัสเทียนอันเหมิน

ประตูหลังพระราชวังโบราณ

อนุสาวรีย์วีรชนประชาชน

โรงละครโส่วตู

สะพานลอยเจี้ยนกั๋วเหมิน

กระทรวงการต่างประเทศ

ร้านมิตรภาพ(ร้านเฟรนชิพ)

ห้างสรรพสินค้าหวังฝูจิ่ง

ตึกโสตทัศนศึกษา

อาจารย์สอนวิชาภาษาศาสตร์

๒. จงจดจำและหัดใช้คำและวลีต่อไปนี้ให้ได้

(๑) คุณรู้จัก....ไหม

....อยู่ที่ไหน

....อยู่แถวไหน

....ไปยังไงไม่ทราบ

(๒) ตรงไป

เลี้ยวซ้าย(ขวา)

ไปทางนี้

อ้อมไปทาง....

ข้าม....ไป

เลย....ไป

เลียบไปตามริม....

ผ่าน....ไป

(๓) ถนน

ทาง

แม่น้ำ

สะพาน

สะพานลอย	(๔) อยู่ติดกับ....
ทางม้าลาย	อยู่ตรงกันข้ามกับ....
สี่แยก(สามแยก)	อยู่เยื้องกับ....
ไฟเขียวไฟแดง	อยู่ใกล้กับ....
วงเวียน	อยู่ซ้าย(ขวา)มือ

๓. จงตอบคำถามต่อไปโดยดูแผนที่ในหน้านี้ประกอบด้วย

๑) จากโรงแรมปักกิ่งไปสถานีรถไฟไปยังไง
๒) จากอาคารการบินพลเมืองจีนไปจัตุรัสเทียนอันเหมินไปยังไง
๓) จากสวนสาธารณะเป๋ยไห่ไปตลาดตงอานไปยังไง
๔) จากโรงแรมปักกิ่งไปสนามกีฬากรรมกรไปยังไง
๕) จากโรงแรมสากลไปโรงละครโส่วตูไปยังไง
๖) จากสวนสาธารณะจิ่งซานไปร้านมิตรภาพไปยังไง
๗) จากมหาศาลาประชาคมไปสวนสาธารณะจิ่งซานไปยังไง
๘) จากจัตุรัสเทียนอันเหมินแวะตลาดตงอานแล้วกลับโรงแรมโกวจี้ไปยังไง
๙) จากสถานีรถไฟไปกระทรวงการต่างประเทศไปยังไง
๑๐) จากประตูหลังพระราชวังโบราณไปตงฟางสแควร์ไปยังไง
๑๑) จากอนุสาวรีย์วีรชนประชาชนไปโรงแรมหัวเฉียวไปยังไง
๑๒) จากสนามกีฬากรรมกรไปมหาศาลาประชาคมไปยังไง

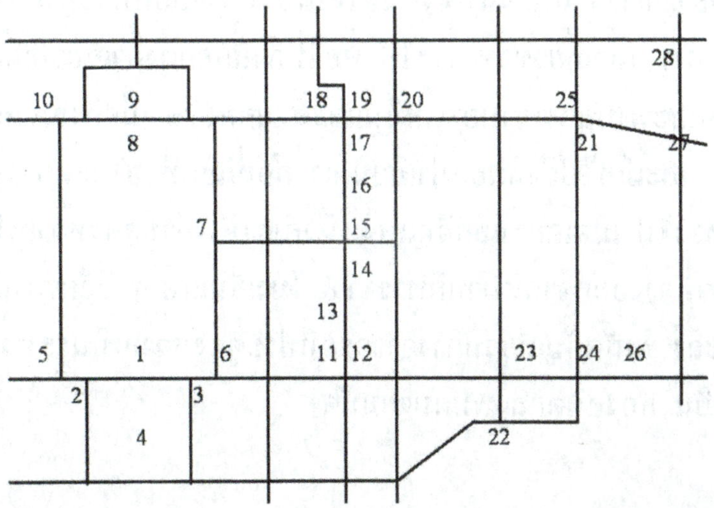

1. เทียนอันเหมิน	2. หอประชุมประชาชน
3. พิพิธภัณฑสถานแห่งชาติ	4. อนุสาวรีย์วีรชนประชาชน
5. สวนสาธารณะจงซาน	6. วังวัฒนธรรมประชาชนผู้ใช้แรงงาน
7. ประตูตงหวาเหมิน	8. ประตูหลังพระราชวังโบราณ
9. สวนสาธารณะจิ่งซาน	10. สวนสาธารณะเป่ยไห่
11. โรงแรมปักกิ่ง	12. ตงฟางสแควร์
13. ห้างสรรพสินค้าหวังฝูจิ่ง	14. ตลาดตงอาน
15. สี่แยกปาเมี่ยนเฉา	16. โรงละครโส่วตู
17. โรงแรมหัวเฉียว	18. หอวิจิตรศิลป์
19. อาคารการบินพลเมืองจีน	20. สี่แยกตงซื่อ
21. กระทรวงการต่างประเทศ	22. สถานีรถไฟ
23. โรงแรมสากล	24. สะพานลอยเจี้ยนกว๋อเหมิน
25. สะพานลอยเฉาหยางเหมิน	26. ร้านมิตรภาพ
27. สี่แยกตงต้าเฉียว	28. สนามกีฬากรรมกร

๔. จงอ่านและคัดข้อความต่อไปนี้(โปรดดูแผนที่หน้า 73 ประกอบด้วย)

เสี่ยวเฉินเป็นชาวปักกิ่ง บ้านอยู่ใกล้กับประตูตงหวาเหมิน เมื่อรู้ว่าเสี่ยวหวางจะไปดูฟุตบอลที่สนามกีฬากรรมกรในบ่ายวันอาทิตย์นี้ จึงชวนเสี่ยวหวางให้แวะไปเที่ยวที่บ้าน เสี่ยวหวางดีใจและถามเสี่ยวเฉินว่า จากสนามกีฬาไปบ้านเสี่ยวเฉินจะไปยังไง เสี่ยวเฉินจึงแนะให้เสี่ยวหวางออกประตูทางทิศตะวันออกของสนามกีฬา แล้วเลี้ยวขวา ตรงไป พอไปถึงสี่แยกตงต้าเฉียวก็เลี้ยวขวาอีกแล้วตรงไป ข้ามสะพานลอยเฉาหยางเหมินและสี่แยกตงซื่อ เมื่อถึงสี่แยกหอวิจิตรศิลป์ก็เลี้ยวซ้าย และเมื่อไปถึงสี่แยกปาเมี่ยนเฉา คือสี่แยกที่อยู่ใกล้ตลาดตงอานก็เลี้ยวขวา แล้วตรงไป เมื่อเลยสี่แยกอีกแห่งหนึ่งก็จะเห็นประตูตงหวาเหมิน เสี่ยวเฉินกะว่า เสี่ยวหวางออกจากสนามกีฬาราว ๔ โมงเย็นเศษ ๆ ขี่จักรยานประมาณครึ่งชั่วโมงก็จะถึง จึงนัดกับเสี่ยวหวางว่าจะรอที่ประตูตงหวาเหมินระหว่าง ๔ โมงครึ่งถึง ๕ โมงเย็น สองคนตกลงพบกันตามนัด

ศัพท์และวลี

ตรงกันข้าม	对面；相反	พิพิธภัณฑสถาน(พิ-พิด-ทะ-พัน-ทะ-)	博物馆
แห่ง	（结构助词）	โรงแรม	饭店，宾馆
ชาติ(ชาด)	国家；民族	วีรชน(วี-ระ-ชน)	英雄
อนุสาวรีย์(อะ-นุ-สาว-วะ-รี)	纪念碑	ตลาด(ตะ-หลาด)	市场
ห้าง	商行	สรรพสินค้า(สับ-พะ-)	百货
ห้างสรรพสินค้า	百货商场	สะพาน	桥
มิตรภาพ(มิด-ตระ-พาบ)	友谊	สะพานลอย	天桥，立交桥
สแควร์	广场	สวนสาธารณะ(-สา-ทา-ระ-นะ)	公园
วัฒนธรรม(วัด-ทะ-นะ-ทำ)	文化	ผู้ใช้แรงงาน	劳动者
ด้าน	面	ตะวันออก	东
ตะวันตก	西	คนงาน	工人
เตือน	提醒	คำเตือน	提醒的话，警语
งด	停止	ทันที	立即
กระดิ่ง	铃	ขวบ	岁（一般1-10岁用）
รอบ	周，圈		
เห็นด้วย	同意	เชื่อฟัง	听从
แรก	首……，第一	....แต่	只
หมวก	帽子	โทษ	罪；怪罪
นิสัย	习性，脾性	ผิดกัน	不同
ผิดกันทีเดียว	极不相同	อย่างว่า	如同所说的那样
พลาด	失误	นิด	一点儿
พลาดไปนิด ฉลาดขึ้นหน่อย	吃一堑，长一智	โสต	耳朵
		ทัศน์	观点，看法

โสตทัศนศึกษา(โสด-ทัด-สะ-นะ-)	视听教学	เหลือง	黄
		ตาม	跟，随；照，按；沿，顺
จังหวะ	节奏		
กระทง	水灯	ลอย	漂，飘，浮
กระแส	潮，潮流	กระแสน้ำ	水流
ปลิว	飘扬，飞扬	คำบอก	口授的词语
นัด	约定	จัดการ	安排，处理
หลัก	原则	นโยบาย	政策
หลักนโยบาย	政策，纲领	ต้นไม้	树
ข้าง	旁边	พาย	划（船）
แล่น	驶，驰；航行	ชาย	边缘
ฝั่ง	岸	ทะเล	海
ริม	边，沿，畔	ปัก	插
ธง	旗	วันงาน	节日
ผู้คน	人们	พา	带领
ประดับ	点缀，布置	สถานที่	场所，地方
จังหวัด	府	สิ่ง	东西，物品
ทั่วไป	一般，普遍	ประกาศ	布告
ปิด	贴，张贴	กำแพง	墙
....แค่ไหน	多……？（置于形容词之后）	วัว	黄牛
		ควาย	水牛
หญ้า	草	เนื้อสัตว์	（动物的）肉
เครื่องดื่ม	饮料	เพลงลูกทุ่ง	乡村歌曲
เพลงลูกกรุง	城市歌曲	ของเหลว	流质物品
ข้าวโพด	玉米	ข้าวฟ่าง	谷子，小米
ข้าวเจ้า	稻米	ภาษาศาสตร์	语言学
อาคาร	大楼，大厦	การบิน	航空

พลเมือง(พน-ละ-)	公民；民用的	อาคารการบิน-พลเมือง	民航大楼
แถว	一带	หอวิจิตรศิลป์	美术馆
วิจิตรศิลป์(วิ-จิด-สิน)	美术	สี่แยก	十字路口
ภาพ	图像	โรงละคร	剧院
ซ้าย	左	เลย	过，超过，经过
ซ้ายมือ	左边	ขวามือ	右边
สามแยก	三岔路口	ตรง	径直
อ้อม	绕行	เลียบ	顺着边（或岸）走
ข้าม	越过，跨		
หิน	石头	คดเคี้ยว	（道路）弯曲
ช่อง	缝，豁口（此处指门洞）	ต้น	棵（树的量词）
กระทรวง	部	จัตุรัส(จัด-ตุ-หรัด)	方形广场
กระทรวงการ-ต่างประเทศ	外交部	ร้านมิตรภาพ	友谊商店
แนะ	指点	ถนน	道路，马路，街道
มุม	角	กะ	估计
ทางม้าลาย	斑马线	เยื้อง	斜对面
เขียว	绿	วงเวียน	环岛

บทอ่านประกอบ

(๑)

มานีรับประทานขนมตาลโรยมะพร้าวหมดชิ้นแล้ว ก็มานั่งดูภาพในหนังสือ เห็นภาพขนมหลายอย่างสีสวยน่าอร่อย จึงชี้ให้แม่ดู แม่กำลังแกะก้อนน้ำตาลออกจากชามใส่ลงในหม้อน้ำที่กำลังเดือด มานีเห็นแม่ลุกมาดูไม่ได้ จึงถือหนังสือคลาน

เข้ามาให้แม่ดูใกล้ ๆ แม่กลัวมานีจะชนขันน้ำและถ้วยแก้ว จึงบอกให้หยิบไปวางไว้ห่าง ๆ

"แม่ดูรูปขนมซีคะ สีสวยน่ากินจัง"

แม่ดูรูปแล้วยิ้ม ถามมานีว่า "นั่นหนังสือของใครจ๊ะ"

"ครูไพลินให้ยืมค่ะ" มานีตอบ แม่จึงเตือนมานีให้ระวังอย่าทำหนังสือของครูขาด และถามมานีว่ารู้จักขนมอะไรบ้าง

"ขนมกล้วย ขนมเทียน ข้าวเหนียวเปียก ขนมบัวลอย" มานีตอบ

"มานีรู้จากหนังสือหรือจ๊ะ" แม่ถาม

"ครูไพลินบอกค่ะ แล้วยังบอกว่า ขนมส่วนมากทำด้วยแป้ง น้ำตาล และมะพร้าว" มานีตอบ

"ใช่สิลูก ขนมบัวลอยที่แม่กำลังทำอยู่ก็ใช้แป้ง น้ำตาล และมะพร้าวเหมือนกัน" แม่พูดพร้อมกับเอาส้อมเขี่ยน้ำตาลในหม้อ

"มานีจะช่วยปั้นแป้งขนมบัวลอยให้แม่ค่ะ" มานีพูด

"ดีสิ แม่จะได้เติมถ่าน ไฟจวนจะดับแล้ว" แม่บอกพร้อมกับเลื่อนถาดแป้งให้มานี

"ขนมบัวลอยใช้น้ำตาลทรายได้ไหมคะ" มานีถาม

"ได้จ้ะ แต่ใช้น้ำตาลมะพร้าวอร่อยกว่า" แม่ตอบ

"อ้อ น้ำตาลที่แม่ใช้นี่ทำจากมะพร้าวหรือคะ ถ้าอย่างนั้นน้ำตาลทรายทำจากอะไรคะ" มานีถาม

"ทำจากต้นอ้อยจ้ะ" แม่ตอบ

"แม่คะ แป้งลอยขึ้นมาแล้ว มานีขอชิมหน่อยนะคะ" มานีพูดพร้อมกับเอาช้อนตักขนมใส่ปาก พอขนมถูกลิ้น มานีก็ร้อง "อุ๊ย ร้อนจัง"

"ทีหลังจะชิมอะไร ต้องตักใส่ถ้วยรอให้เย็นก่อนนะจ๊ะ" แม่สอน

(๒)

เช้าวันอาทิตย์ อากาศสดชื่น มานะ มานีจะไปดูเรือในแม่น้ำ จึงพากันเดินไปตามริมคลอง น้ำในคลองใสสะอาด และไหลลงสู่แม่น้ำ เขาทั้งสองเดินข้ามสะพานผ่านหน้าโรงเรียนและสถานีตำรวจ

บทที่ ๕ กามทาง

พอเดินไปถึงวัด เขาเห็นเด็กกลุ่มหนึ่งกำลังเล่นขายของอยู่ข้างกองทรายหน้าวัด ใกล้ ๆ กองทรายมีกองอิฐหัก ๆ เด็กบางคนใช้เศษอิฐหักทำเป็นรูปต่าง ๆ บางคนก็เล่นทราย พอดีพระสงฆ์เดินผ่านมา มานะมานีก็ยกมือไหว้ พระสงฆ์ยิ้มพอใจที่เด็กทั้งสองมีกิริยามารยาทดี

มานะมานีเดินต่อไปถึงตลาด คนในตำบลนี้ชอบไปซื้อของที่ตลาดริมน้ำ เพราะมีของสดและของแปลก ๆ หลายอย่าง บุหรี่ กาแฟ และของกินก็มี เขาทั้งสองเห็นเรือแล่นผ่านไปมาจำนวนมาก มานีชอบดูเรือโยงจูงเรือบรรทุกข้าวเปลือกข้าว-สาร และสินค้าอื่น ๆ เรือบางลำขายผักและผลไม้อยู่ริมฝั่ง บางลำแยกไปขายในคลอง

มานีมองเห็นขยะลอยอยู่ในน้ำ จึงพูดว่า "ทำไมเขาจึงทิ้งขยะลงในแม่น้ำนะ"

"นั่นซี" มานะพูด "ครูสอนนักเรียนไม่ให้ทิ้งสิ่งของลงในแม่น้ำลำคลอง เพราะจะทำให้น้ำสกปรก เมื่อนำมาใช้อาจเป็นพิษได้"

"ทำอย่างไรคนอื่น ๆ จึงจะไม่ทิ้งล่ะคะ" มานีถาม

"ควรมีป้ายห้ามทิ้งขยะมาปักไว้" มานะบอก

"ถ้าเขาไม่เชื่อจะทำอย่างไรคะ" มานีถามต่อ

"ถ้าไม่เชื่อก็จะถูกจับและเสียเงินหลายบาทด้วย" มานะตอบและพูดต่อไปว่า

"แต่พี่อยากให้ทุกบ้านมีถังขยะ จะได้เลิกทิ้งขยะในแม่น้ำหรือตามข้างถนน เพราะแม่น้ำและถนนเป็นสาธารณสมบัติ ทุกคนจะต้องช่วยกันรักษา"

เขาทั้งสองเห็นเด็กกลุ่มหนึ่งกำลังเอาโคลนปากันจนตัวเลอะเทอะ หน้าตามอมสกปรก บางคนกระโดดน้ำและว่ายน้ำเล่น บางคนว่ายออกไปไกลฝั่งมาก คนซักผ้าที่ริมฝั่งต้องคอยเตือน มานีนึกสนุกอยากว่ายน้ำเล่นบ้าง แต่ไม่มีผ้ามาผลัด จึงชวนมานะกลับบ้าน

ศัพท์และวลีในบทอ่าน

| ตาล | 糖棕 | ขนมตาล | 糖棕蒸糕 |
| โรย | 撒 | มะพร้าว | 椰子 |

แกะ	剥下，抠下	ก้อน	块
น้ำตาล	糖	เดือด	（水）开，沸
คลาน	爬	ขัน	舀水用的器具
ถ้วยแก้ว	玻璃杯	ห่าง	远离
ขนมกล้วย	芭蕉椰丝蒸糕	ขนมเทียน	蕉叶糯米蒸糕
ข้าวเหนียวเปียก	糯米和玉米粒蒸熟后浇上椰汁的一种甜点		（常用绿豆作馅）
		ขนมบัวลอย	汤圆
		ส่วนมาก	大部分
แป้ง	粉	ส้อม	叉子
เขี่ย	扒，拨	ปั้น	捏
ถ่าน	炭	เลื่อน	移动，挪动
น้ำตาลทราย	砂糖	อ้อย	甘蔗
ช้อน	匙，勺子	ตัก	舀（水）
ถูก	碰，触及	ลิ้น	舌头
อุย	哎哟	สดชื่น	新鲜
ใส	清澈，透亮	ไหล	流
สถานีตำรวจ	警察局	ทราย	沙子
ใกล้ๆ	附近	อิฐ	砖头
หัก	断	เศษ	碎块
รูป	形状	พระสงฆ์	僧侣
กิริยา	举止	มารยาท	礼貌
ตำบล	乡，镇，区	กาแฟ	咖啡
เรือโยง	拖轮	บรรทุก	装载
ข้าวเปลือก	稻谷	ข้าวสาร	大米
แยก	分开	ขยะ	垃圾
นั่นซี	就是嘛，可不是嘛	แม่น้ำลำคลอง	河流的统称
		พิษ	毒
เป็นพิษ	中毒	ถูก	被

80

บทที่ ๕ ถามทาง

- เสียเงิน — 花钱
- เลิก — 取消，废止
- สาธารณสมบัติ — 公共财物
- ปา — 掷，扔
- มอม — 黑乎乎，脏兮兮
- ถังขยะ — 垃圾桶
- สมบัติ — 财富
- โคลน — 污泥
- หน้าตา — 容貌，面容
- ผลัด — 更换

บทที่ ๖ พูดโทรศัพท์

รูปประโยคและการใช้คำ

๑. ....เอง 可以用来强调说明数量、程度有限，含有"仅仅""就……"等意思。เอง 经常跟นี่ นั่น构成นี่เอง นั่นเอง。如果前面已经有นี้ นั้น等，就不需再用 นี่ นั่น。

ตัวอย่าง
๑) นึกว่าไกลแค่ไหน ๒๐๐ เมตรเท่านั้นเอง
๒) นึกว่าแพงนักหนา ๑๐ บาทเท่านั้นเอง
๓) แค่นี้เอง ก็ว่าลำบากละ
๔) เผ็ดนิดเดียวเอง พอกินได้
๕) เรื่องมีอยู่แค่นี้เอง ไม่เห็นยุ่งยากตรงไหน
๖) เพิ่งมาถึงเมื่อกี้นี้เอง
๗) เพิ่งได้ทราบเมื่อเช้านี้เอง
๘) ได้ยินชื่อมานานแล้ว แต่เพิ่งได้รู้จักตัววันนี้เอง

สนทนา (มีคนโทร.เข้ามาที่หอพักนักศึกษาหญิง)

คนโทร.   นั่นตึก ๓๕ ใช่ไหมคะ
ผู้รับสาย ใช่ค่ะ
คนโทร.   ขอพูดกับนักศึกษาปีที่ ๑ สาขาวิชาภาษาไทยหน่อยค่ะ
ผู้รับสาย ไม่มีใครอยู่เลยค่ะ เขาเพิ่งไปออกกำลังกายกันเมื่อสักครู่นี้เอง

บทที่ ๖ พูดโทรศัพท์

```
คนโทร.        ขอบคุณค่ะ
ผู้รับสาย     ไม่เป็นไรค่ะ
```

๒. ....**ไว้** 用在动词或动宾结构之后，说明保持或使其保持那种状态。....**ไว้** 与第一册中出现过的....**อยู่**（......着）不同，....**อยู่**表示存在那种状态，但没有保持或使其保持那种状态的意思。

ตัวอย่าง   ฉันวางหนังสือไว้บนชั้นวางหนังสือ
เปิดไฟไว้ทำไม

แบบฝึกหัด ๑   จงเปรียบเทียบประโยคต่อไปนี้และแปลเป็นภาษาจีน（比较下面的句子并译成汉语。）

๑) เธอเปิดประตูทำไม   - เธอเปิดประตูไว้ทำไม
๒) เธอเปิดก๊อกน้ำทำไม   - เธอเปิดก๊อกน้ำไว้ทำไม
๓) ฉันเตรียมหน่อยหนึ่งแล้ว   - ฉันเตรียมไว้หน่อยหนึ่งแล้ว
๔) อาจารย์สั่งว่าวันนี้ให้เรา-   - อาจารย์สั่งไว้ว่าวันนี้ให้เรา
   ทบทวนเอง   ทบทวนเอง
๕) คำนี้ต้องจำให้ดี   - คำนี้ต้องจำไว้ให้ดี
๖) ฉันวางหนังสือในลิ้นชัก   - ฉันวางหนังสือไว้ในลิ้นชัก
๗) ฉันซื้อหนังสือให้น้อง   - ฉันซื้อหนังสือไว้ให้น้อง
๘) โต๊ะวางตรงกลางไม่ดี   - โต๊ะวางไว้ตรงกลางไม่ดี

แบบฝึกหัด ๒   จงเปรียบเทียบประโยคต่อไปนี้ และบอกว่ามีความแตกต่างกันอย่างไร（比较下列句子并指出它们之间的区别）

๑) ประตูยังเปิดอยู่ ต้องปิดไหม
   - ไม่รู้ว่าเขาเปิดประตูไว้ทำไม

๒) เสื้อแขวนอยู่กับตะขอโน่น
   - เอาเสื้อไปแขวนไว้กับตะขอโน่น
๓) ยังมีปัญหาอยู่อีกหลายปัญหา
   - ฉันจะจดปัญหาเหล่านี้ไว้ในสมุด
๔) มีหนังสือวางอยู่บนโต๊ะหลายเล่ม
   - ไม่รู้ว่าใครทิ้งหนังสือไว้บนโต๊ะหลายเล่ม
๕) บนโต๊ะมีผลไม้และขนมวางอยู่หลายจาน
   - เขาวางผลไม้และขนมไว้บนโต๊ะหลายจาน
๖) เอกสารเก็บอยู่ในตู้นิรภัย
   - เจ้าหน้าที่เอาเอกสารไปเก็บไว้ในตู้นิรภัย
๗) ตู้หนังสือวางอยู่ตรงนี้หลายวันแล้ว ไม่เห็นมีใครยกไป
   - ใครวางตู้หนังสือไว้ตรงนี้ไม่รู้ เกะกะทางมาก
๘) อนุสาวรีย์ตั้งอยู่ตรงนี้นานแล้วค่ะ
   - ใครเป็นผู้ตั้งอนุสาวรีย์ไว้ตรงนี้คะ

สนทนา (คุยกันระหว่างเพื่อนนักศึกษา)

- ใครเปิดก๊อกน้ำไว้ทำไม
- ไม่ทราบเหมือนกัน ท่าใครจะลืมปิด
- เราต้องช่วยกันประหยัดน้ำ ไม่ควรเปิดไว้อย่างนั้น
- ใช่ ไฟฟ้าก็เหมือนกัน ไม่ควรเปิดไว้โดยไม่จำเป็น

๓. .....ว่า.... 可用作动词，也可用作连词。作动词用时，有"说"、"认为"、"估计"等意思，后面直接接一个所说、所认为或所估计的内容。作连词用时，置于谓语之后，再接一个谓语所说到的、所提到的或涉及到的内容。

ตัวอย่าง ๑ เขาว่า เขาอาจจะมานี่
         ฉันว่า ไปดีกว่า

ฉันว่า ป่านนี้เขาคงถึงบ้านแล้ว
เธอเห็นอย่างไร ลองว่ามาดูซิ

แบบฝึกหัด จงใช้คำว่า"ว่า"ที่เป็นคำกริยาแต่งประโยคคนละ ๓ ประโยค（用当动词用的"ว่า"每人造三个句子。）

ตัวอย่าง ๒ เขาบอกว่า เขาชอบดูงิ้ว
อาจารย์พูดกับเขาว่า "ทำอย่างนั้นดีแล้ว"

แบบฝึกหัด จงใช้ข้อความภาษาจีนในวงเล็บเติมลงไปในประโยคให้ได้ความสมบูรณ์（将句后中文所表达的意思填入句中使其成为完整的句子。）

๑) เขาเล่า...............（事情是这样的。）
๒) เขาพูด...............（必须今天完成。）
๓) อาจารย์อธิบาย...............（这种句子是书面语。）
๔) อาจารย์สั่ง...............（明天上午交作业。）
๕) เขี่ยงถาม...............（火车站怎么走。）
๖) ชางเตือน...............（多穿点衣服。）
๗) ทุกคนบ่น...............（这星期功课太重。）
๘) อาจารย์ชี้แจง...............（下星期五开运动会，所以要停课一天。）
๙) เขาร้อง...............（疼死了！）
๑๐) ไม่ทราบใครตะโกน...............（下雨了！）

ตัวอย่าง ๓ อาจารย์ครับ คำนี้หมายความว่าอย่างไรครับ
เธอรู้สึกว่าค่อยยังชั่วขึ้นบ้างไหม

แบบฝึกหัด จงหัดพูดและแปลประโยคต่อไปนี้เป็นภาษาจีน（练习说下列句子并将句子译为汉语。）

๑) เขาพูดอย่างนี้แสดงว่าเขายังไม่เข้าใจ
๒) คุณคงเข้าใจแล้วซิว่า ทำไมผมจึงชมเขา
๓) เราตกลงกันว่าพรุ่งนี้ไปเยี่ยมอาจารย์
๔) ไม่รู้ว่าเรื่องนี้จะทำยังไงดี
๕) ฉันคิดว่าเขาคงมาไม่ได้เสียแล้ว
๖) เรารู้สึกว่าเขาดีต่อเราจริง ๆ
๗) ฉันเห็นว่าทำอย่างนี้ไม่ผิด
๘) จิ้งลองชิมดูซิว่ารสชาติเป็นอย่างไรบ้าง
๙) ประโยคนี้แปลว่าอย่างไรครับ
๑๐) พอไปถึงก็ปรากฏว่าไม่มีใครอยู่เลย

๔. ....จะได้.... 用在后一句话的谓语之前，说明做前面的事以求导致后一句话所表示的结果。相当于汉语中的“以便……”“好（怎么样）”

ตัวอย่าง ไปหลาย ๆ คนซี จะได้ช่วยกันทำให้เสร็จเร็ว ๆ
มีระเบียบอะไรช่วยบอกด้วยนะคะ จะได้ทำถูกตามระเบียบเขา

แบบฝึกหัด จงใช้คำที่ให้ไว้แต่งประโยคตามตัวอย่าง（用所给词语仿照例句造句。）

๑) จดไว้บ้างก็ดี ไม่ลืม
๒) สวมมาก ๆ หน่อยซี ไม่หนาว
๓) ไปด้วยกันซี คุยกันสนุก ๆ
๔) ไปเร็วหน่อยเถอะ ได้ที่นั่งดี ๆ
๕) รีบเขียนจดหมายไปซี คุณพ่อคุณแม่หายห่วง
๖) ติดหนังสือไปอ่านบนรถ ไม่เหงา

๗) เธอขี่จักรยานฉันไปซี เร็วหน่อย
๘) โทร.ไปนัดล่วงหน้าดีกว่า ไม่พลาด
๙) ติดร่มไปซี ถ้าฝนตกใช้
๑๐) กรุณาให้เบอร์โทรศัพท์ไว้ด้วยค่ะ มีข่าวเมื่อไหร่ดิฉันโทร.ไปบอก

สนทนา (คุยกันระหว่างเพื่อน)

- เห็นว่าพรุ่งนี้เธอจะไปฮาร์บินมิใช่หรือ
- ใช่
- ไปกันกี่คน
- ไปคนเดียว
- ติดหนังสือไปบ้างซี ระหว่างทางจะได้อ่านแก้เหงา
- เออ ดี
- ฮาร์บินตอนนี้อากาศหนาวจัด เธอต้องเอาเสื้อโค้ตไปด้วย จะได้ไม่หนาว
- ฉันเตรียมไว้แล้ว ขอบคุณ

บทสนทนา

๑

(หลี่หมิง หัวหน้าชั้นสาขาวิชาภาษาไทยมหาวิทยาลัยภาษาต่างประเทศปักกิ่งยกหูโทรศัพท์ กดเบอร์โทรศัพท์ภาควิชาภาษาเอเชียตะวันออกเฉียงใต้มหาวิทยาลัยปักกิ่ง)

พนักงาน	ภาควิชาภาษาเอเชียตะวันออกเฉียงใต้ค่ะ
หลี่หมิง	ขอเรียนสายอาจารย์จางสาขาวิชาภาษาไทยครับ
พนักงาน	อาจารย์จางไม่อยู่ค่ะ ออกไปข้างนอกเมื่อสักครู่นี้เอง
หลี่หมิง	จะกลับเมื่อไหร่ไม่ทราบ
พนักงาน	ไม่ทราบค่ะ
หลี่หมิง	ขอฝากข้อความนิดหนึ่งได้ไหมครับ
พนักงาน	ได้ค่ะ

หลี่หมิง	กรุณาช่วยบอกอาจารย์จางด้วยนะครับว่า บ่ายวันนี้ นักศึกษาสาขาวิชาภาษาไทยมหาวิทยาลัยภาษาต่างประเทศปักกิ่งจะไปดูนิทรรศการที่หอสมุดปักกิ่ง จึงมาพบอาจารย์ตามที่นัดไว้ไม่ได้ ขอเลื่อนไปเป็นพรุ่งนี้เวลาเดิม ถ้าหากพรุ่งนี้อาจารย์ไม่สะดวก ขอให้อาจารย์นัดกับพวกเราอีกทีนะครับ
พนักงาน	ค่ะ ดิฉันจะโน้ตให้ค่ะ
หลี่หมิง	ขอบคุณมากครับ

(เจ้าเหลียง เพื่อนของเฉินชางโทร.มาที่หอพักนักศึกษาโดยผ่านชุมสายมหาวิทยาลัย ยามที่หอพักเป็นผู้รับสาย)

พนักงานชุมสาย	มหาวิทยาลัยปักกิ่งค่ะ
เจ้าเหลียง	กรุณาต่อสายตึก ๓๒ ครับ

(เมื่อพนักงานชุมสายต่อให้แล้ว)

ยาม	ฮัลโหล ตึก ๓๒ ครับ จะพูดกับใครครับ
เจ้าเหลียง	ขอพูดกับเฉินชาง นักศึกษาสาขาวิชาภาษาไทยหน่อยครับ
ยาม	เขาอยู่ห้องเบอร์อะไรครับ
เจ้าเหลียง	ห้อง ๓๑๔ ครับ
ยาม	กรุณารอประเดี๋ยวนะครับ
เฉินชาง	ฮัลโหล ผมเฉินชางพูดครับ
เจ้าเหลียง	ลองทายดูซิ ใครพูดอยู่
เฉินชาง	อ้าว เหลียง มาเมื่อไหร่
เจ้าเหลียง	สองสามวันแล้ว ไม่ได้เจอกันเสียนาน คิดถึงจังเลย อยากชวนไปคุยๆ กันที่บ้านเหลียงหน่อย
เฉินชาง	ดีสิ แต่ตอนนี้กำลังติดสอบ ท่าจะยังไปไม่ได้
เจ้าเหลียง	เมื่อไรถึงจะสอบเสร็จล่ะ
เฉินชาง	มะรืนนี้สอบวิชาสุดท้าย เอาคืนมะรืนนี้เป็นไง
เจ้าเหลียง	ตกลง อยากจะชวนหลี่เหยียนไปด้วย ไม่รู้ว่าเบอร์โทร.แกเบอร์อะไร

บทที่ ๖   พูดโทรศัพท์

เฉินชาง   ดูเหมือนเบอร์ 62338981 ต่อ 2273   เหลียงลองโทร.ดูซิ
เจ้าเหลียง   บอกมาอีกทีซิ จดไม่ทัน
เฉินชาง   62338981 ต่อ 2273
เจ้าเหลียง   โอเค งั้นคืนมะรืนนี้พบกันนะ
เฉินชาง   ตกลง พบกันมะรืนนี้

ข้อสังเกต

๑. แต่ตอนนี้กำลัง**ติด**สอบ

此处的 **ติด** 与以前学的 **ติด**ธุระ 中的 **ติด** 相同，有某事缠身的意思。

๒. ไม่รู้ว่าเบอร์โทร.**แก**เบอร์อะไร

此处的 **แก** 是第三人称代词，只用于被提到的且很熟识的人。

แบบฝึกหัด

๑. แบบฝึกหัดการออกเสียง

๑) จงอ่านออกเสียงสระในคำต่อไปนี้ให้ถูกต้อง

เดี๋ยว - ประเดี๋ยว   เกี่ยว - เก็บเกี่ยว
เลี้ยว - ลดเลี้ยว   เที่ยว - ท่องเที่ยว
เคี้ยว - คดเคี้ยว

เมื่อย - เมื่อยล้า   เฉื่อย - เฉื่อยชา
เปื่อย - เรื่อยเปื่อย เลื้อย - เลื้อยเจื้อย
เหนื่อย - เหน็ดเหนื่อย

รวย - ร่ำรวย   ด้วย - เห็นด้วย
มวย - รำมวย   สวย - สวยงาม
ป่วย - เจ็บป่วย

๒) จงออกเสียงตัวสะกดในคำต่อไปนี้ให้ถูกต้องชัดเจน

แม่กง - แม่กน

แห้งแล้ง วันพรุ่ง วันคืน ทั้งนั้น นั่นเอง บันทึกเสียง เที่ยงคืน การบิน วันหลัง เดินทาง งานรื่นเริง การบ้าน คะแนน ผลไม้ เหมือนกัน ส่วนมาก วันอังคาร สำคัญ แข่งขัน สนใจ วานซืน เป็นห่วง วันหลัง อาหารกลางวัน อาหารเย็น การเมือง ต้องการ ค่อนข้าง ฝนแล้ง บังเอิญ ทางบ้าน เครื่องบิน

แม่กก - แม่กด - แม่กบ

แล้วเสร็จ ถูกต้อง มากมาย สอบตก พบกัน ออกเสียง อากาศ หยุดพัก สุขภาพ แบดมินตัน โทรทัศน์ สกปรก สะอาด สูบบุหรี่ สนุกสนาน ทักทาย เลิกเรียน ศึกษา อาทิตย์ ถูกต้อง ติดธุระ ปลดแอก สะดวก นอกจากนี้ แบบฝึกหัด เป็นระเบียบ ออกกำลัง ทั้งหมด ชีวิต โรคภัยไข้เจ็บ

๒. จงพิจารณาดูว่าในประโยคต่อไปนี้ ประโยคไหนควรใช้ "ไว้" ประโยคไหนควรใช้ "อยู่"

๑) ฉันไปหาเขาที่ห้อง เห็นประตูเปิด...... ฉันจึงเข้าไปข้างในเลย

๒) พอเข้าไปในห้อง ปรากฏว่าเขายังหลับ......

๓) ฉันจึงเขียนโน้ตวาง......บนโต๊ะเขา

๔) ไม่มีใครอยู่ห้องเลย ไม่รู้ว่าเขาเปิดวิทยุ......ทำไม

๕) เราว่าตั้ง(ชั้นวางหนังสือ)......ตรงนี้ดีกว่า

๖) เราลืมเสียแล้วว่า เก็บยาระงับปวด......ที่ไหน

๗) ฉันนัดกับเขา......ว่า จะไปถึงที่โน่นก่อนบ่ายโมง

๘) ไม่ทราบว่าหนังสือจำพวกนี้เขาเก็บ......ในหอสมุดกลางหรือหอสมุดของคณะ

๙) ดึกแล้ว เขายังเขียนหนังสือ......

๑๐) มีตอนหนึ่ง เขาเขียน......ว่า...............

๓. จงเติมคำว่า "ว่า" ลงไปในประโยคต่อไปนี้ให้ได้ความถูกต้อง

๑) ฉันรู้สึกแปลกใจ ทำไมเขาถึงพูดได้คล่องอย่างนี้
๒) อาจารย์เตือนเรามาหลายต่อหลายครั้งแล้ว ต้องสนใจการออกเสียงให้มาก
๓) เขาสั่งไว้อย่างไรไม่ทราบ
๔) เขามักบ่น จำยาก จำยาก
๕) น้องบอกฉันอย่างดีอกดีใจ เขาสอบเข้ามหาวิทยาลัยได้แล้ว
๖) เขาโทรศัพท์มาชวนเราหลายครั้งแล้วให้ไปเที่ยวที่บ้านเขา
๗) พวกเขาพูดกันเสียงดัง ไม่สนใจคนอื่นจะคิดอย่างไร
๘) ฉันโทรศัพท์ไปถามเขาว่างเมื่อไหร่
๙) เขาชมเราพูดชัด แต่เรารู้ดีเรายังมีเสียงเพี้ยนอยู่ไม่น้อย
๑๐) ฉันกลัวเขาจะหาไม่พบ เพราะฉันลืมบอกเขาฉันย้ายบ้านแล้ว

๔. จงหัดพูดโทรศัพท์กันด้วยเรื่องต่อไปนี้

๑) โทร.ถึงเพื่อนชวนไปชมงานแสดงรูปถ่าย
๒) โทร.ไปถามทุกข์สุขเพื่อนนักเรียนเก่า
๓) โทร.ถึงอาจารย์เพื่อขอลาป่วย
๔) โทร.ถึงเพื่อนเพื่อชวนไปเที่ยวที่บ้านและไปดูการแข่งขันฟุตบอล
๕) โทร.ไปบอกแม่ว่าคืนวันเสาร์นี้จะไม่กลับบ้าน

๕. จงอ่านและคัดข้อความต่อไปนี้

   โทรศัพท์เป็นเครื่องมือสื่อสารที่สำคัญอย่างหนึ่ง ช่วยประหยัดเวลาได้มาก ทุกวันนี้ใช้กันอย่างแพร่หลายทั้งโทรศัพท์ในเมืองและโทรศัพท์ทางไกล
   เครื่องโทรศัพท์แต่ก่อนต้องหมุนกริ่งสัญญาณก่อน แล้วจึงเรียกเบอร์ที่ต้อง-การ ต่อมาเปลี่ยนเป็นเครื่องอัตโนมัติโดยหมุนหมายเลขที่หน้าปัด ปัจจุบันใช้เครื่องกดปุ่มหมายเลขเป็นส่วนใหญ่
   ที่หอพักนักศึกษาเรามีโทรศัพท์ใช้เหมือนกัน เมื่อจะใช้โทร.ภายในมหา-วิทยาลัย ก็กดหมายเลขตามที่ต้องการได้เลย แต่ถ้าจะโทร.ไปนอกมหาวิทยาลัย

ต้องตัดศูนย์ก่อน แล้วกดหมายเลขตามที่ต้องการ ถ้าคุณอยู่นอกมหาวิทยาลัย เมื่อจะโทร.เข้ามาสายในมหาวิทยาลัย คุณต้องกดเบอร์ชุมสายมหาวิทยาลัยก่อน เมื่อเขาต่อสายได้แล้ว คุณจะได้ยินเสียงตามสายมาว่า"มหาวิทยาลัยปักกิ่งค่ะ กรุณากดเบอร์ที่คุณต้องการค่ะ" แล้วคุณก็กดเบอร์ที่คุณต้องการ สายก็จะต่อไปให้ ถ้าโทรศัพท์เบอร์ที่คุณต้องการไม่ว่าง ก็จะมีเสียงบอกว่า "สายที่คุณต้องการไม่ว่าง กรุณากดเบอร์อื่นหรือรอสักครู่ค่อยโทร.ใหม่ค่ะ" ถ้าโทรศัพท์เบอร์ที่คุณต้องการว่างอยู่ ก็จะได้ยินเสียงสัญญาณอ๊อด อ๊อด อ๊อด แล้วประเดี๋ยวก็จะมีคนมารับสาย

ศัพท์และวลี

โทรศัพท์(โท-ระ-สับ)	电话；打电话	นึกว่า	以为
		....นักหนา	十分，非常
บาท	铢（泰币单位）	แค่นี้	就这些，仅这些
ลำบาก	困难	เมื่อกี้	=เมื่อตะกี้
รู้จักตัว	认识（叫那个名字的人）	โทร.	=โทรศัพท์
		สาขา	分支
สาขาวิชาภาษาไทย	泰语专业	สาย	线；线路
รับสาย	接电话	เมื่อสักครู่นี้	刚才（那一会儿）
ชั้นวางหนังสือ	书架		
ก๊อกน้ำ	水龙头	หน่อยหนึ่ง	一点儿
แขวน	挂	ตะขอ	钩子
เอกสาร(เอก-กะ-)	文件	ตู้นิรภัย(-นิ-ระ-)	保险箱
เจ้าหน้าที่	工作人员，办事员	ยก	举，抬
		ตั้ง	放，立
ช่วยกัน....	一起......	ประหยัด	节约

โดย	（表示状态或方式的结构助词）
ชี้แจง	说明
ตะโกน	（大声）喊叫
ต่อ	对（介词）
ปรากฏ	发现，出现
ระเบียบ	规章，制度
ที่นั่ง	座位
เหงา	寂寞
ล่วงหน้า	提前
ระหว่างทาง	路上，途中
เสื้อโค้ต	=เสื้อโอเวอร์-โค้ต 大衣
กด	摁
เอเชีย	亚洲
ใต้	南
เอเชียตะวัน-ออกเฉียงใต้	东南亚
นิทรรศการ(นิ-ทัด-สะ-)	展览会
เดิม	原来的
อีกที	再一次
ชุมสาย	电话总机，电话枢纽
ทาย	猜
สุดท้าย	最后
ยาระงับปวด	止痛药
จำเป็น	必要，必须
เห็น(ว่า)	认为
บ่น	埋怨，唠叨
ร้อง	叫，喊
แสดงว่า	表明
รสชาติ	滋味，味道
จะได้....	以便，好（怎么样）
ห่วง	担心，担忧，挂念
ระหว่าง	……之间
....จัด	极……，特别，十分
หู	=หูฟัง 耳机，听筒
เฉียง	斜，偏
ตะวันออกเฉียงใต้	东南
พนักงาน	职员，职工
เรียนสาย	请.....接电话
เลื่อน	推迟（日程）；移动（物品）
ถ้าหาก	=ถ้า 如果
โน้ต	记事便条；在便条上记下
ยาม	看守，警卫
ต่อ	转接
ติดสอบ	有考试，考试缠身
ดูเหมือน	似乎，好像
แปลกใจ	奇怪

หลายต่อหลายครั้ง=หลายครั้ง	许多次，好多次	ดีอกดีใจ	=ดีใจ 高兴
		ย้าย	迁，搬（家）；调动（工作）
งานแสดง	展览会	รูปถ่าย	照片，相片
ทุกข์	痛苦，苦难	สุข	幸福
ถามทุกข์สุข	问寒问暖	ขอลา	请假
ขอลาป่วย	请病假	สื่อสาร	通讯，通信
เครื่องมือสื่อสาร	通讯工具	ทุกวันนี้	如今，今天
แพร่หลาย	普遍，普及；流行	โทรศัพท์ทางไกล	长途电话
		เครื่องโทรศัพท์	电话机
แต่ก่อน	以前，过去	หมุน	转，拨（电话）
สัญญาณ	信号	ต่อมา	后来
อัตโนมัติ(อัด-ตะ-)	自动	หมายเลข	号码
หน้าปัด	表盘，转盘	ปัจจุบัน	目前，当前
ปุ่ม	钮，键	ส่วนใหญ่	大多数
ภายใน	内部	ตัด	拨
ศูนย์	零		

บทอ่านประกอบ

(๑)

เช้าวันเข้าพรรษา ประชาชนจำนวนมากไปทำบุญที่วัดจนเต็มศาลา เพราะเป็นวันสำคัญทางศาสนา เมื่อพระฉันอาหารเช้าเสร็จแล้ว ผู้ใหญ่บ้านแจ้งให้ทราบว่าวันนี้ทางอำเภอเชิญชวนให้ประชาชนปลูกต้นไม้ จึงขอให้ชาวบ้านร่วมมือกันปลูกต้นไม้ข้างกำแพงวัด ทางอำเภอจะให้ลูกเสือนำต้นไม้มาให้

เด็ก ๆ ได้ยินก็ดีใจที่จะได้ปลูกต้นไม้ เพราะรู้ว่าต้นไม้ช่วยให้อากาศดี ถ้าอากาศเสียมาก ๆ มนุษย์ก็ตาย สัตว์และพืชก็ตาย ต่างนึกถึงคำขวัญที่ว่า

อากาศเป็นพิษ   ชีวิตจะสั้น
ต้นไม้เท่านั้น   ทั้งกันและแก้

เมื่อผู้ใหญ่บ้านแจ้งให้ทราบแล้ว ประชาชนก็ช่วยกันถางหญ้า เตรียมหลุมสำหรับปลูกต้นไม้และหาไม้ไผ่มาทำรั้ว พอรถยนต์บรรทุกต้นไม้มาถึง ลูกเสือก็ช่วยกันขน แล้วแจกให้ประชาชนปลูก วีระ มานะ และสมคิดปลูกมะม่วง ดวงแก้วปลูกน้อยหน่า มานีและชูใจปลูกกุหลาบ เมื่อมีดอกจะได้ใช้บูชาพระ

พวกผู้ใหญ่ช่วยกันปลูกต้นไม้หลายชนิด บางชนิดมีผล บางชนิดมีใบหนาให้ร่มเงาเป็นที่อาศัยพักร้อนของคนที่มาทำบุญ หรือคนที่ผ่านไปมา ทุกคนร่วมมือกันด้วยความเต็มใจ เพราะทุกคนทราบดีว่า ต้นไม้มีประโยชน์มาก ให้ทั้งดอกทั้งผล ทำให้อากาศสดชื่นและช่วยให้ฝนตกตามฤดูกาลด้วย

"วันนี้ทำไมปิติไม่มา" วีระถามมานะ

"ปิติต้องอยู่ดูแลเจ้าแก่ เพราะมันไม่สบาย" มานะตอบ

"เจ้าแก่เป็นอะไรไป" วีระถามต่อ

"ยังไม่รู้ ปิติบอกว่ามันไม่ยอมกินน้ำกินหญ้า" มานะตอบ

"ถ้าเจ้าแก่สบายดี ปิติคงต้องมาปลูกต้นไม้วันนี้เป็นแน่ เพราะปิติชอบปลูกต้นไม้มาก เขาเคยบอกว่าอยากปลูกต้นมะม่วงไว้ในวัดให้มากๆ พอมะม่วงมีลูก จะได้ขอพระกินบ้าง" วีระพูด ทุกคนหัวเราะชอบใจ

(๒)

ปิติเดินเข้ามาในห้อง ท่าทางไม่รื่นเริงเหมือนทุกวัน ครูไพลินจึงถามว่า "วันนี้ทำไมปิติจึงมาโรงเรียนสาย"

ปิติตอบว่า "มันตายเสียแล้วครับ ผมจึงต้องช่วยพ่อฝังมันที่โคนต้นไม้หลังบ้าน"

มานีตกใจร้องว่า "เจ้าแก่มันตายเสียแล้วหรือ น่าสงสารจริง เธอคงเสียใจมากนะ เพราะเธอรักมันเหลือเกิน"

ปิติน้ำตาไหล ครูไพลินจึงเช็ดน้ำตาให้ แล้วถามว่า "เจ้าแก่ป่วยเป็นอะไรตาย"

"พ่อบอกว่า มันแก่มาก มันตายเอง ไม่ได้เจ็บป่วยเป็นโรคอะไร" ปิติตอบ

"ถ้าปิติพามันไปหาสาธารณสุขอำเภอ ให้ตรวจรักษาและฉีดยา เจ้าแก่อาจจะ

ไม่ตายก็ได้” ชูใจพูด

ครูไพลินอธิบายว่า “เจ้าแก่เป็นสัตว์ ต้องไปหาหมอรักษาสัตว์ หมอรักษาคนช่วยไม่ได้ ดีนะที่เจ้าแก่ไม่ได้ตายเพราะโรค ไม่เช่นนั้นปิติและทุกคนในบ้านจะต้องไปให้หมอแนะนำวิธีป้องกันไม่ให้ติดโรคจากสัตว์”

“เวลามานีไม่สบาย พ่อพาไปหาหมอ บางทีก็พาไปปลูกฝีหรือฉีดยาป้องกันโรคระบาด” มานีพูด

“เมื่ออาทิตย์ที่แล้ว ก่อนป้าจะพาดวงแกวไปเยี่ยมญาติที่ต่างจังหวัด ป้าก็พาไปปลูกฝี” ดวงแก้วพูด พร้อมกับเลิกแขนเสื้อให้เพื่อนดู

ครูไพลินมองดูปฏิทินแล้วบอกนักเรียนว่า “สัปดาห์นี้หมอจากจังหวัดจะมาตรวจโรคที่สำนักงานสาธารณสุข จะเชิญหมอมาคุยกับนักเรียนเรื่องวิธีป้องกันและรักษาโรคต่าง ๆ เช่นหวัด ตาแดง คนที่เป็นหิดและเหาจะได้ถามวิธีรักษาด้วย”

“ผมรู้สึกปวดศีรษะและคัดจมูก สงสัยว่าจะเป็นหวัด โรงเรียนเลิกแล้ว คงจะต้องไปซื้อยาที่ร้านขายยา” สมคิดพูดพร้อมทั้งหยิบผ้าเช็ดหน้าปิดจมูก เพราะกลัวจะจามรดคนอื่น

“สมคิดไม่ควรจะไปซื้อยาแก้ปวดศีรษะ ควรจะไปให้หมอตรวจเสียก่อน แล้วหมอจะสั่งยาให้” ครูไพลินแนะนำและบอกต่อไปว่า “วันนี้ต้องระวังตัว อย่าไปเล่นกลางแดด เดี๋ยวจะปวดศีรษะมากขึ้น และอย่ารับประทานน้ำแข็ง โรงเรียนเลิกแล้วให้คุณพ่อรีบพาไปหาหมอ เดี๋ยวครูจะไปหยิบยาให้รับประทานก่อน” แล้วครูไพลินเดินออกจากห้องไป

สมคิดพูดกับดวงแก้วเบา ๆ ว่า “คุณครูไม่ให้กินน้ำแข็ง ของชอบเสียด้วยซี”

ศัพท์และวลีในบทอ่าน

วันเข้าพรรษา	守夏节	ทำบุญ	行善
ศาลา	凉亭	พระ	和尚，僧侣
ฉัน	（僧侣）用膳	ผู้ใหญ่บ้าน	村长
แจ้ง	通知	อำเภอ	县

ขอให้	要求，请求	ชาวบ้าน	老百姓，老乡
ลูกเสือ	童子军	นำ	拿，带
มนุษย์	人类	พืช	植物
คำขวัญ	口号	กัน	防
ถาง	除（草）	ไม้ไผ่	竹子
ขน	搬运	แจก	分发
มะม่วง	芒果	กุหลาบ	玫瑰
บูชา	供奉	ร่มเงา	树阴
ที่อาศัยพักร้อน	纳凉的地方	เต็มใจ	甘心，情愿
ด้วยความเต็มใจ	心甘情愿	ฝนตกตามฤดูกาล	适时下雨，风
ดูแล	照顾，管理		调雨顺
เป็นแน่	一定	ต้อง....เป็นแน่	必定，肯定
หัวเราะ	笑	ท่าทาง	样子
ฝัง	埋	โคน	（树的）根部
เสียใจ	伤心	น้ำตา	眼泪
สาธารณสุข	公共卫生	สาธารณสุขอำเภอ	县卫生局
ฉีดยา	打针	วิธี	方法
ป้องกัน	防御	ติด	感染，传染
ปลูกฝี	种牛痘	โรคระบาด	流行病
ต่างจังหวัด	外府	แขนเสื้อ	衣袖
เลิกแขนเสื้อ	撩起衣袖	ปฏิทิน	日历
สัปดาห์	周，星期	สำนักงาน	办公室
หวัด	感冒	หิด	疥疮
เหา	头虱	ศีรษะ	头
คัดจมูก	鼻塞	จาม	打喷嚏
สั่งยา	开药方	น้ำแข็ง	冰
....เสียด้วย	而且还......		

บทที่ ๗ แนะนำให้รู้จัก

รูปประโยคและการใช้คำ

๑. ....ที่.... ที่ 除了作名词（地方）、介词（在……地方）和序数词（第……）外，还可以作结构助词用。它可以连接一个句子，一个动词性短语或一个动词、形容词作为定语去修饰前面的名词，起限定那个名词范围的作用。

ตัวอย่าง ๑ จดหมายที่ส่งเมื่อกี้เขียนถึงใคร
เดือนนี้เป็นเดือนที่หนาวที่สุดในรอบปี

แบบฝึกหัด ๑ จงอ่านประโยคต่อไปนี้ แล้วอธิบายเป็นภาษาไทยว่าคนไหนคือ "ดำ" คนไหนคือ "แดง" (读下列句子并用泰语说明哪个人是"ดำ"，哪个人是"แดง"。)

๑) ดำไปก่อน แดงไปทีหลัง
๒) ดำไปที่ทำการไปรษณีย์ แดงไปธนาคาร
๓) ดำอ่านหนังสือพิมพ์ แดงเขียนจดหมาย
๔) ดำสวมชุดสากล แดงสวมชุดประจำชาติ
๕) ดำชอบร้องเพลง แดงชอบเต้นรำ
๖) ดำเรียนภาษาจีน แดงเรียนภาษาญี่ปุ่น

แบบฝึกหัด ๒ จงใช้คำที่ให้ไว้ในวงเล็บเติมลงไปในประโยคเพื่อทำให้ประโยคได้ความชัดเจนและสมบูรณ์ (用括弧里所给短语插入下列句子中，使句子意思明确、完整。)

๑) เขาเป็นนักศึกษาในชั้นเรา (ขยันที่สุด)

บทที่ ๗   แนะนำให้รู้จัก

๒) หางโจวเป็นเมือง (สวยงามมาก)
๓) ช่วยบอกเพื่อนนักศึกษาด้วยนะ (ไม่ได้มาประชุม)
๔) คนนั้นชื่ออะไร (นั่งอยู่มุมห้อง)
๕) คนนั้นชื่ออะไร (สวมเสื้อเชิ้ตสีแดง)
๖) คนนั้นชื่ออะไร (สวมเสื้อยืดสีเหลือง)

ตัวอย่าง ๒   เขาเป็นคนที่ใคร ๆ ก็ชอบ
เรื่องที่เขาเล่าให้ฟังสนุกมาก

แบบฝึกหัด   จงแปลภาษาจีนในวงเล็บเป็นภาษาไทย และแทรกเข้าไปในประโยค แล้วแปลประโยคเป็นภาษาจีนอีกที (将括弧里的汉语译成泰语并插入句中，然后再将句子译成汉语。)

๑) บทที่ ๗ เป็นบทเรียน (我最喜欢的)
๒) คนนั้นชื่อประเสริฐใช่ไหม (你刚才打招呼的)
๓) เสื้อตัวนั้นราคาเท่าไหร่ (你昨天买的)
๔) ว่ายน้ำเป็นกีฬา (人人都喜欢的)
๕) หนังสือเล่มนั้นหนังสืออะไร (她正在看的)
๖) เขากำลังอ่านหนังสือ (老师介绍给我们读的)

สนทนา   (คุยกันระหว่างเพื่อนนักศึกษา)

- เมื่อวานไปดูเขาประกวดร้องเพลงหรือเปล่า
- ไป เขาร้องได้ไม่เลว
- คนที่สวมชุดสากลสีขาวเสียงดีมากนะ
- ใช่ คนที่ใส่แว่นตาก็ร้องได้ไม่เลว
- ผู้ชายที่ร้องเพลงลูกทุ่งนั้นก็พอใช้ได้นะ
- ฉันว่าสู้ผู้หญิงที่ใส่กระโปรงสีแดงไม่ได้

๒. แนะนำ....ให้....รู้จัก   这是作介绍时常用的句型，与汉语结构不同，要注意多练习。

ตัวอย่าง   ลี่ ขอแนะนำเพื่อนของลี่ให้หงรู้จักหน่อยนะ
อาจารย์ประจำชั้นแนะนำอาจารย์ใหม่ให้พวกเรารู้จัก
เธอยังไม่ได้แนะนำแฟนของเธอให้พวกเรารู้จักกันเลยนะ

แบบฝึกหัด   จงใช้คำที่ให้ไว้แต่งประโยคตามประโยคตัวอย่าง（用所给词语仿照例句造句。）

๑) อาจารย์   นักศึกษาใหม่   เรา
๒) หลี่เวย์   เพื่อนของเขา   ฉัน
๓) ฉัน   เพื่อนคนไทย   เธอ
๔) หัวหน้าชั้น   นักศึกษาห้องเรา   นักศึกษาใหม่
๕) ชาง   เพื่อนนักเรียนเก่าของเขา   เรา

สนทนา   (คุยกันระหว่างจางจิ้งกับหวางหง)

จางจิ้ง   หง มานี่หน่อย
หวางหง   มีอะไรหรือ
จางจิ้ง   จิ้งจะแนะนำเพื่อนของจิ้งให้หงรู้จักหน่อย นี่พี่นิด
            เพื่อนคนไทยที่มาเรียนภาษาจีนที่นี่ (หันมาพูดกับนิด)
            นี่หวางหง เพื่อนนักศึกษาของจิ้ง
หวางหง   ยินดีมากที่ได้รู้จัก
นิด   นิดก็ยินดีมากเหมือนกัน

๓. ....ด้วย   此处的ด้วย是副词，表示同样或共同的意思，也可表示进一层或有所补充。

ตัวอย่าง ๑   ถ้าเธอไปฉันก็ไปด้วย
วันนี้ฉันจะไปชมนิทรรศการกับเขาด้วย
ฉันขอเล่นด้วยคนนะ

100

บทที่ ๗   แนะนำให้รู้จัก

ตัวอย่าง ๒   เขาเรียนดี สุขภาพก็ดีด้วย
ฝนตกหนัก ลมแรงด้วย
บ่ายนี้ว่าจะไปแวะเยี่ยมเพื่อนด้วย

แบบฝึกหัด   จงอ่านประโยคต่อไปนี้ และบอกว่าคำว่า"ด้วย"ในแต่ละประโยคมีความหมายอย่างไร แล้วแปลเป็นภาษาจีน (朗读下列句子，说明各句中"ด้วย"的意义，并将句子译成汉语。)

๑) พรุ่งนี้พวกเราจะไปฟังดนตรี อาจารย์จะไปด้วยไหมคะ
๒) มาเล่น(บอล)ด้วยซี ยังขาดอยู่คนหนึ่ง
๓) เธอไปรับธนาณัติหรือ ช่วยซื้อแสตมป์ให้ฉันดวงด้วยนะ
๔) เขาว่าหลังประชุมจะฉายหนังให้ดูด้วย
๕) จะเอาเครื่องเทปไปอัดเสียงด้วยไหม
๖) ช่วยบอกเขาด้วยว่าฉันไปไม่ได้
๗) นอกจากชอบร้องเพลงแล้ว เขายังชอบเต้นรำด้วย
๘) รอประเดี๋ยวนะ ฉันจะไปด้วย
๙) สโมสรนักศึกษาตกลงกันว่าจะจัดงานรื่นเริงฉลองปีใหม่และประกวดเรียงความด้วย
๑๐) การจัดงานครั้งนี้ทางคณะก็ร่วมมือด้วย

สนทนา   (คุยกันระหว่างเพื่อนนักศึกษา)

- เมื่อวานพวกเธอเข้าเมืองด้วยกันกับอาจารย์ใช่ไหม
- ใช่ อาจารย์ยังชวนเราไปดูละครด้วย
- ละครอะไร
- ระบำ โอ้โฮ เขาแสดงดีมาก รำก็สวย ดนตรีก็เพราะ ฉากก็สวยด้วย
- แหม เสียดาย เมื่อวานเราติดธุระ จึงไม่ได้ไป

๔. บ้าง　　บ้าง是个多义词。它可作主语用，代替上文已经提到过的人或事物的一部分。用在这个意义上时，往往以 บ้างก็....บ้างก็.... 的格式出现。

ตัวอย่าง ๑　นักศึกษาชั้นเรามาจากที่ต่าง ๆ บ้างก็มาจากเซี่ยงไฮ้
　　　　　　บ้างก็มาจากกวางตุ้ง บ้างก็เป็นชาวปักกิ่ง
　　　　　　เวลาพัก นักศึกษาชั้นเราบ้างก็ออกไปเล่นกายบริหาร
　　　　　　บ้างก็ยืนคุยกัน
　　　　　　หนังสือเหล่านั้น บ้างก็ซื้อเอง บ้างก็คนอื่นเขาให้

บ้าง 也可以放在名词、动词或形容词之后，表示有些部分或有些时候。在这种情况下，以 ....บ้าง....บ้าง 格式出现较为普遍。

ตัวอย่าง ๒　ผู้ที่มาชมมีเด็กบ้าง ผู้ใหญ่บ้าง
　　　　　　ดอกไม้ในสวนแดงบ้างเหลืองบ้างม่วงบ้าง สวยมาก
　　　　　　เราทำถูกบ้าง ผิดบ้าง
　　　　　　เขาเดินบ้าง วิ่งบ้าง เพื่อให้ทันเวลา

此外，บ้าง 还可以用在谓语后，表示想问或想说的内容具有一个以上的数量。

ตัวอย่าง ๓　ร้านนี้มีของอะไรขายบ้าง
　　　　　　คุณต้องการอะไรบ้างคะ
　　　　　　ฉันเขียนไว้บ้างแล้ว เธอช่วยดูหน่อยซิ
　　　　　　ผู้หญิงขับเครื่องบินได้ไหม　- ก็มีบ้างเหมือนกัน

有时บ้าง还可以表示"也像人家那样……"的意思。

ตัวอย่าง ๔　เห็นเขาซื้อน้ำส้มกิน ก็อยากซื้อกินบ้าง

บทที่ ๗   แนะนำให้รู้จัก

> บางคนกระโดดน้ำและว่ายน้ำเล่น มานีนึกสนุกอยาก
> ว่ายน้ำเล่นบ้าง
> เธออยากเล่นบ้างไหม
> เธอไม่ลงแข่งบ้างหรือ

แบบฝึกหัด   จงใช้ "บ้าง" แต่งประโยคความหมายละ ๒ ประโยค (用 "บ้าง" 的每个用法各造两个句子。)

สนทนา   (คุยกันระหว่างเหลียงอี้กับฉางเฉียง)

> เหลียงอี้   ตามปกติ วันอาทิตย์เขี่ยงมักจะทำอะไรบ้าง
> ฉางเฉียง   ไม่แน่ ซักเสื้อซักผ้าและทำความสะอาดห้องบ้าง อ่าน
> หนังสือบ้าง บางทีก็ไปเยี่ยมเพื่อน
> เหลียงอี้   เพื่อนของเขี่ยงอยู่ที่ไหนบ้าง
> ฉางเฉียง   บ้างก็อยู่มหาวิทยาลัยอื่น บ้างก็อยู่ในเมือง
> เหลียงอี้   อี้ก็อยากมีเพื่อนมาก ๆ เหมือนเขี่ยงบ้าง

๕. **แม้......ก็......**   连词，是从连词 "**ถึงแม้ว่า....ก็....**" 简缩而来的，意思相当于汉语中的 "尽管"、"虽然"、"即使"。在口语中还经常以 "**ถึง(จะ)......ก็......**" 的形式出现。

ตัวอย่าง ๑   แม้ฝนจะตก เราก็ต้องไป
ถึงแม้ว่าเขายังมีไข้อยู่ เขาก็มาทำงาน
แม้เขาจะช่วยเต็มที่แล้ว แต่ก็ไม่สำเร็จ
ถึงแม้ว่าบ้านเขาอยู่ปักกิ่ง แต่เขาก็อยู่หอเหมือนเราทุกคน

103

แบบฝึกหัด ๑ จงใช้คำที่ให้ไว้แต่งประโยคตามตัวอย่าง（用所给词语仿照例句造句。）

๑) มีความลำบาก	ไม่กลัว
๒) เขาไม่บอก	เราพอเดาออก
๓) หิมะตก	เราจะไป
๔) ทางไกล	เราต้องไปให้ถึง
๕) ตัวเขาเล็ก	เขาเล่น(ฟุตบอล)เก่ง
๖) ท่านอายุมากแล้ว	ท่านยังแข็งแรง
๗) ราคาถูก	เราไม่ซื้อ เพราะไม่จำเป็น
๘) เขาไม่ได้พูดออกมา	เราพอเข้าใจได้

สนทนา ๑
หวางหง เขี่ยงเรียนภาษาบาลี-สันสกฤตไปถึงไหนแล้ว
ฉางเฉียง จบไปเกือบเล่มแล้ว
หวางหง เขาว่าภาษาบาลี-สันสกฤตยากมาก
ฉางเฉียง ยากจริง ๆ แต่แม้จะยากก็ต้องสู้ เพราะต่อไปคงจะเป็นประโยชน์

ตัวอย่าง ๒
ถึงฝนจะตก ก็ต้องไป
ถึงจะป่วย เขาก็ยังมาทำงาน
ถึงเขาจะไม่ช่วย เราก็ทำได้

แบบฝึกหัด ๒ จงใช้คำที่ให้ไว้ในแบบฝึกหัด ๑ แต่งเป็นประโยคที่ใช้"ถึง....ก็...." ตามตัวอย่าง ๒（用练习1中所给短语造"ถึง....ก็...."句的句子。）

สนทนา ๒
เหลียงอี้ บ่ายนี้จะไปไหนไหม
เฉินชาง ไปคืนหนังสือที่หอสมุดปักกิ่ง
เหลียงอี้ ดูอากาศครึ้ม ๆ ท่าฝนจะตกนะ
เฉินชาง ถึงจะตกก็ต้องไป เพราะถึงกำหนดวันนี้พอดี

104

บทสนทนา

(จินตนา-ชื่อเล่นหน่อย เพื่อนคนไทยที่เรียนภาษาจีนปริญญาโทอยู่ในมหาวิทยาลัยเดียวกันกับหยางลี่ แนะนำเพื่อนคนไทยที่มาใหม่ชื่อนิตยาให้หยางลี่รู้จัก)

จินตนา ลี่ มาเร็ว พี่จะแนะนำเพื่อนใหม่ให้รู้จักกันหน่อย นี่นิตยา ชื่อเล่นนิด เพิ่งมาเรียนภาษาจีนที่นี่

หยางลี่ ยินดีมากค่ะพี่นิด ฉันชื่อหยางลี่ นักศึกษาสาขาวิชาภาษาไทยค่ะ

นิตยา ฉันก็รู้สึกดีใจมากเหมือนกัน ไม่ได้คิดเลยว่ามาเรียนที่นี่ จะมีเพื่อนที่พูดภาษาไทยได้ด้วย

หยางลี่ พี่นิดพูดภาษาจีนได้บ้างไหมคะ

นิตยา ได้นิดหน่อย เคยเรียนภาษาจีนวิชาโทที่จุฬาฯ แต่ยังพูดไม่ค่อยได้

จินตนา คราวนี้นิดมาเรียนเพิ่มเติม ๑ ปี ตั้งใจว่าปีหน้าจะต่อปริญญาโทเหมือนพี่

นิตยา เอกภาษาไทยมีนักศึกษามากไหม

หยางลี่ ไม่มาก ๑๕ คนเอง แล้วเอกจีนที่จุฬาฯล่ะ มีมากไหม

นิตยา มีมาก รู้สึกว่าจะมีกว่าร้อยคน ตอนนี้ที่เมืองไทยกำลังฮิตภาษาจีนกัน เขาว่าจบแล้วได้งานง่ายและเงินเดือนก็ดี

หยางลี่ พี่นิดจบภาษาจีนแล้วอยากทำงานอะไรบ้าง

นิตยา ยังไม่ได้ตกลง อืม.... บางทีอาจไปสอนภาษาจีนก็ได้

หยางลี่ ตอนนี้พี่นิดอยู่หอไหนคะ

นิตยา อยู่เสาหยวนตึก ๓ ห้อง ๔๐๔ ค่ะ เอ๊ะ เห็นหน่อยบอกว่าพวกเธออยู่หอมหาวิทยาลัยกันหมดทุกคนใช่ไหม

หยางลี่ ใช่ นิสิตจุฬาฯล่ะ อยู่หอกันไหม

นิตยา ก็มีบ้าง ราว ๆ ๕-๖ ร้อยคน

จินตนา มหาวิทยาลัยที่เมืองไทยไม่เหมือนที่นี่ นิสิตนักศึกษาส่วนใหญ่จะอยู่บ้าน แม้คนที่มาจากต่างจังหวัดอาศัยอยู่บ้านญาติๆก็มีมาก

หยางลี่ มัวแต่คุย ได้เวลากินข้าวแล้ว เราไปกินด้วยกันไหม

จินตนา เออ ดีเหมือนกัน

ข้อสังเกต

๑. <u>พี่จะแนะนำเพื่อนใหม่ให้รู้จักกันหน่อย</u>

在熟识的朋友间，经常以 พี่ น้อง 自称，也可用 พี่ น้อง 来称呼对方。不熟识的人之间，为了表示亲热也可用 พี่ น้อง 相称。

๒. <u>เคยเรียนภาษาจีนวิชาโทที่จุฬาฯ</u>

จุฬาฯ 是泰国著名大学朱拉隆功大学 จุฬาลงกรณ์มหาวิทยาลัย 的简称。

๓. <u>เอก</u>ภาษาไทยมีนักศึกษามากไหม

เอก 即 วิชาเอก，指主修课。เอกภาษาไทย 即主修泰语。

๔. รู้สึกว่าจะมี<u>กว่า</u>ร้อยคน

กว่า 用在 สิบ ร้อย พัน หมื่น 等十以上的基数词前是表示要表达的数量超过这些基数词所表达的数量。

๕. <u>บางที</u>อาจไปสอนภาษาจีนก็ได้

บางที 在这句话里是 "兴许"、"也许" 的意思。

๖. <u>เอ๊ะ</u> เห็นหน่อยบอกว่า....

เอ๊ะ 叹词，表示感到疑惑不解，或者突然想起某件事。如：

เอ๊ะ ทำไมยังไม่เริ่มล่ะ

เอ๊ะ ใครมาเปิดประตูไว้

เอ๊ะ ปากกาหายไปไหนเสียแล้วล่ะ ใช้อยู่เมื่อกี้นี้เอง

เอ๊ะ จะถึงวันสงกรานต์แล้วใช่ไหม

๗. <u>นิสิต</u>นักศึกษาส่วนใหญ่จะอยู่บ้าน

นิสิต 和 นักศึกษา 都是大学生。有些大学的学生称 นิสิต，如 นิสิตจุฬาลงกรณ์มหาวิทยาลัย นิสิตมหาวิทยาลัยเกษตรศาสตร์（农业大学）等，但大多数大学的学

生还是用นักศึกษา。นิสิตนักศึกษา则是大学生的统称。

๘. ได้เวลากินข้าวแล้ว

ได้เวลากินข้าวแล้ว 是 "到吃饭时间了" 的意思。同样也可以说ได้เวลาเรียนแล้ว ได้เวลานอนแล้ว等。

แบบฝึกหัด

๑. จงจับกลุ่มกลุ่มละ ๓ คนหัดสนทนากันตามบทสนทนา

๒. จงใช้รูปประโยค"ที่......""แนะนำ......ให้......รู้จัก""......ด้วย" และ"แม้......"แต่งประโยครูปละสองประโยค

๓. จงตอบคำถามต่อไปนี้

(๑) จินตนาคือใคร ตอนนี้กำลังเรียนอะไรอยู่ที่มหาวิทยาลัยปักกิ่ง

(๒) นิตยาคือใคร เขาจบมหาวิทยาลัยไหน และตอนนี้กำลังเรียนอะไรอยู่ที่มหา-วิทยาลัยปักกิ่ง

(๓) เอกไทยที่มหาวิทยาลับปักกิ่งมีนักศึกษามากไหม เอกจีนที่จุฬาฯ ล่ะ มีมากน้อยแค่ไหน

(๔) ตอนนี้ที่เมืองไทยมีคนสนใจเรียนภาษาจีนกันมากไหม เพราะอะไร

(๕) นิตยาเคยเรียนภาษาจีนมาก่อนไหม

(๖) นิตยาตกลงหรือเปล่าว่าเมื่อเรียนภาษาจีนจบแล้วจะไปทำงานอะไรบ้าง เขาพูดอย่างไรกับหยางลี่

(๗) ตอนนี้นิตยาอยู่หอไหน

(๘) นิสิตจุฬาฯ อยู่หอมหาวิทยาลัยกันหมดเหมือนมหาวิทยาลัยปักกิ่งไหม

ศัพท์และวลี

แนะนำ	介绍	ทีหลัง	以后，下次
ธนาคาร	银行	สากล	国际
ชุดสากล	西服	ชุดประจำชาติ	民族服装
สวยงาม	美丽，漂亮	เสื้อเชิ้ต	衬衫
เสื้อยืด	棉毛衫，T恤	ประกวด	赛，比赛
แว่นตา	眼镜	พอใช้ได้	还可以，还行
ใส่	穿，戴	กระโปรง	裙子
แฟน	对象，（男、女）朋友	หัน	转身
		ฉลอง	庆祝
เรียงความ	作文	ร่วมมือ	合作
ผู้ใหญ่	大人，成年人	ชม	观看，参观
โอ้โฮ	（表示惊讶的叹词）	ฉาก	幕，布景，场景
แหม(แหฺม)	（表示惊叹、赞叹、责怪、遗憾等的叹词）	ม่วง	紫
		ถึงแม้ว่า....ก็....	尽管，虽然，即使
		แม้....ก็....	=ถึงแม้ว่า...ก็...
ถึง....ก็....	=ถึงแม้ว่า...ก็...	เต็มที่	全力，尽力
สำเร็จ(สำ-เหร็ด)	成功，完成	หอ	= หอพัก
เดา	猜测，揣测	กำหนด	规定；限期
ภาษาบาลี	巴利文	ภาษาสันสกฤต (สัน-สะ-กริด)	梵文
ต่อไป	以后，往后		
ปริญญา	学位	โท	二
ปริญญาโท	硕士学位	วิชาโท	副修课

จุฬาฯ	= จุฬาลงกรณ์-	เพิ่มเติม	增加，补充
	มหาวิทยาลัย	เรียนเพิ่มเติม	进修
	朱拉隆功大学	เอก	一
เอกภาษาจีน	主修汉语	ฮิต....	......热
จบ	毕业	นิสิต	大学生
อาศัย	寄居，住	มัวแต่....	只顾着......
วันสงกรานต์	宋干节		

บทอ่านประกอบ

(๑)

แม่ของมานีไปตรวจสุขภาพที่สำนักงานสาธารณสุขอำเภอ มานะและมานีไปกับแม่ด้วย เพราะเป็นวันเสาร์ ไม่ต้องไปโรงเรียน เขาพบชูใจกับย่าและปิติกับพ่อ

หมอจากจังหวัดมาตรวจสุขภาพให้ประชาชน จึงมีคนจำนวนมากมารับการตรวจที่สำนักงานสาธารณสุขอำเภอ บางคนเป็นไข้ต้องห่มผ้าหนา ๆ เพราะหนาว บางคนปวดท้อง หมอตรวจและให้ยารับประทานแล้วกลับบ้าน เด็กคนหนึ่งตกต้นพุทรา พ่อของเขาสงสัยว่าแขนจะหัก จึงพามาหาหมอ ชายคนหนึ่งถูกกระจกบาดเท้าเดินไม่ได้ ญาติต้องหามมาให้หมอเย็บแผล

มานีจึงถามชูใจว่า "เธออยากจะเป็นหมอ เธอกล้าเย็บแผลหรือ"

ชูใจบอกว่า "ฉันทำได้ ฉันอยากช่วยหมอจังเลย"

"ฉันก็ช่วยหมอได้" ปิติพูด

"เธอจะช่วยหมอทำอะไรล่ะ" มานะถาม

"ช่วยหยิบของให้หมอไงล่ะ" ปิติตอบ

มานีพูดว่า "เธอไม่ต้องช่วยหมอหรอก อย่าซนจนแขนหักต้องมาให้หมอรักษาก็แล้วกัน"

หญิงคนหนึ่งนั่งอุ้มลูกตัวเล็ก ๆ และยังมีลูกนั่งอยู่ข้าง ๆ อีกหลายคน ปิติเห็นก็จำได้จึงเล่าให้เพื่อนฟังว่า "หญิงคนนั้นสร้างบ้านอยู่ใกล้ต้นไทรริมสระหลังบ้านปิติ

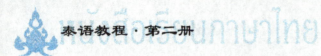

เขายากจนมากไม่สามารถหาเงินมาเลี้ยงลูกให้กินดีอยู่ดีได้ ลูก ๆ จึงมีสุขภาพไม่ดี"

"พ่อของเด็กไปไหนเสียล่ะจ๊ะ" ชูใจถามปิติเบา ๆ

"ตายเมื่อปีที่แล้ว" ปิติตอบ

มานะ มานี และชูใจรู้สึกสงสารครอบครัวนี้มาก เขาเห็นหญิงคนนั้นผอม หน้าตาเหลือง เสื้อผ้าเก่า ลูก ๆ ก็ผอมและสกปรก บางคนนั่งหลับ บางคนก็ดูดนิ้ว ตามแขนขามีรอยยุงกัด แสดงว่านอนไม่กางมุ้ง

ปิติเข้าไปถามว่า "ป้ามาทำไมครับ"

"พาลูก ๆ มาตรวจจ้ะ และจะมารับแจกยาด้วย" หญิงคนนั้นตอบ

(๒)

โรงเรียนเลิกแล้ว นักเรียนเดินกลับบ้านเป็นแถว ๆ แต่ละแถวมีนักเรียนที่อยู่ชั้นสูงเป็นผู้คอยควบคุมดูแล เพื่อให้นักเรียนกลับถึงบ้านอย่างปลอดภัย นักเรียนเดินคุยกันไปเบา ๆ

ครูไพลินเดินไปส่งนักเรียนที่ประตูโรงเรียน มานี ชูใจ สมคิด มานะ และวีระเดินกลับบ้านทางเดียวกัน ส่วนปิติและเพื่อนคนอื่นๆ แยกไปอีกทางหนึ่ง พอนักเรียนเดินไปถึงมุมถนน เห็นคนกลุ่มหนึ่งกำลังมุงดูอะไรอยู่ เมื่อเข้าไปใกล้ก็เห็นคนชกต่อยกัน และตำรวจกำลังห้าม จึงพากันยืนดูรอบๆ ครูไพลินสงสัยว่านักเรียนมุงดูอะไร ก็เดินตามมา

สมคิดถามครูไพลินว่า "ทำไมตำรวจต้องห้ามเขาด้วยล่ะครับ"

"ตำรวจต้องคอยรักษาความสงบของบ้านเมือง และช่วยให้ประชาชนอยู่กันอย่างเรียบร้อย เมื่อคนทะเลาะกัน ตำรวจจึงต้องห้าม" ครูไพลินตอบ

นักเรียนชายอยากดูคนชกกัน ครูไพลินบอกว่า ไม่มีประโยชน์ จึงให้นักเรียนรีบกลับบ้าน แต่นักเรียนยังสนใจเรื่องนี้อยู่ จึงถามครูไพลินว่า

"ถ้าคนไม่เลิกทะเลาะกัน ตำรวจจะทำอย่างไร" ครูไพลินชี้แจงว่า ตำรวจจะเชิญตัวไปสอบสวนที่สถานีตำรวจ เพราะการทะเลาะชกต่อยกันเป็นการทำผิดกฎหมาย

"ตำรวจทำหน้าที่หลายอย่างนะคะ บางทีเขาต้องอยู่ยามที่ป้อมทั้งกลางวันกลางคืน" มานีพูด

มานะจึงกล่าวต่อว่า "ตอนผมไปเที่ยวกรุงเทพฯ ก็เห็นตำรวจยืนเป่านกหวีดให้

บทที่ ๗   แนะนำให้รู้จัก

สัญญาณรถที่แล่นไปมาบนถนน"

"พ่อของผมอ่านหนังสือพิมพ์ก็มีข่าวตำรวจจับผู้ร้ายที่ขโมยของ" สมคิดพูด

วีระพูดว่า "พวกขโมยคงกลัวและเกลียดตำรวจมากนะครับ"

"พวกขโมยหรือพวกที่ทำผิดกฎหมายอาจจะกลัวและเกลียดตำรวจ แต่ตำรวจเป็นเพื่อนที่ดีของทุกคน คอยคุ้มครองประชาชนให้อยู่กันอย่างเป็นสุข และรักษาความสงบของบ้านเมือง เมื่อมีคนฝ่าฝืนหรือหลีกเลี่ยงกฎหมาย ทำลายประเทศชาติ ทำของหลวงและของสาธารณะเสียหาย ทำให้คนอื่นเดือดร้อน ตำรวจจึงต้องจับ" ครูไพลินชี้แจง

นักเรียนหลายคนยังสนใจจะถามต่อไปอีก แต่ครูไพลินเห็นว่าเวลาเย็นมากแล้วจึงบอกให้นักเรียนรีบกลับบ้าน และแนะนำให้ไปคุยกันที่โรงเรียนในวันต่อไป

ศัพท์และวลีในบทอ่าน

เป็นไข้	发烧	ห่ม	盖
ต้นพุทรา	枣树	กระจก	玻璃
บาด	割伤，划伤	หาม	抬
แผล	伤口	กล้า	敢；勇敢
อุ้ม	抱	สร้าง	盖，建，造
ต้นไทร	榕树	ยากจน	贫穷
ดูด	吮吸	นิ้ว	指头
ยุง	蚊子	กัด	咬
กาง	架，撑开	มุ้ง	蚊帐
ควบคุม	控制，管理	ควบคุมดูแล	管理
ทางเดียวกัน	同路	มุงดู	围观
ชกต่อย	（用拳）击打	ทะเลาะ	吵架
สอบสวน	审问	หน้าที่	职责，任务
อยู่ยาม	值岗，站岗	ป้อม	堡垒，警亭

111

ผู้ร้าย	歹徒	ขโมย	偷窃；窃贼
เกลียด	讨厌，憎恶	คุ้มครอง	保护
ฝ่าฝืน	违犯	ทำลาย	破坏
ของหลวง	国家财物	ของสาธารณะ	公共财物
เสียหาย	损失	เดือดร้อน	痛苦，遭殃

บทที่ ๘   ชอบรสเผ็ด

รูปประโยคและการใช้คำ

๑. <u>ขายแพง</u>　这是泰语中的一种中状结构，很像汉语中的动补结构。这种结构与第一册第十六课中学的 "....ได้...." 不同，作为中心语的动词不反映或不能反映人的能力，中心语和状语间不加ได้，后面的状语大多表示状态。这种结构在翻译成汉语时，需用不同的方法处理。

ตัวอย่าง　สินค้าในห้างใหญ่ๆ มัก<u>ขายแพง</u>（卖得贵）
　　　　　อาหารไทย<u>กินอร่อย</u>（很好吃，吃起来很有味道）
　　　　　สำเนียงบ้านเกิด<u>แก้ยาก</u>（很难改，改起来很难）

แบบฝึกหัด　จงอ่านและแปลประโยคต่อไปนี้ให้ถูกต้อง （朗读并翻译下列句子。）

๑) รองเท้าร้านนี้ขายถูก
๒) เสื้อผ้าฝ้ายสวมสบาย
๓) คำจำพวกนี้จำง่าย
๔) เมื่อคืนนี้หลับสบาย
๕) เมื่อคืนนอนดึก เลยตื่นสาย
๖) เรื่องหมูๆ ประเภทนี้ทำง่าย
๗) ร้านอาหารในมหาวิทยาลัยขายดี
๘) เพื่อนกินหาง่าย เพื่อนตายหายาก

สนทนา (คุยกันระหว่างจางจิ้งกับหวางหง)

จางจิ้ง	หง ไปกินข้าวที่โรงอาหารไหน
หวางหง	ว่าจะไปกินที่โรงอาหารที่ ๕
จางจิ้ง	เออ ไปด้วยคน
หวางหง	โรงอาหารนี้กับข้าวทำอร่อยนะ
จางจิ้ง	ใช่ ขายถูกด้วย

๒. ....เอง 用来修饰谓语。独自或亲自做某件事的意思。

ตัวอย่าง
๑) เด็กคนนี้เก่ง กลับบ้านแล้วหุงข้าวเอง ซักผ้าเอง
๒) เธอกลับก่อนเถอะ เดี๋ยวฉันกลับเองได้
๓) เด็กโตแล้ว ควรจะปล่อยให้เขาทำเองบ้าง
๔) อันไหนดี เธอเลือกเอาเองก็แล้วกัน
๕) จะทำอย่างไรต่อไป เธอพิจารณาเอาเองก็แล้วกัน
๖) เขาว่าเขาจะมาพูดเอง
๗) เรื่องที่พบเองเห็นเองลืมยาก
๘) เขาวางของปิดราคาไว้ให้ผู้ซื้อเลือกหยิบเอาเอง

แบบฝึกหัด จงแปลประโยคตัวอย่างให้เป็นภาษาจีน (将例句译成汉语。)

สนทนา (คุยกันระหว่างจางจิ้งกับหวางหง)

จางจิ้ง	รูปนี้หงวาดเองหรือ
หวางหง	ใช่ แต่วาดได้ไม่ดี
จางจิ้ง	ดีมากเลย หงหัดวาดเขียนกับใคร
หวางหง	เราหัดเอง ฝีมือยังใช้ไม่ได้
จางจิ้ง	ใช้ได้ทีเดียวแหละ อยากจะหัดกับหงบ้าง

๓. ....**เหมือน**.... **เหมือน**可当动词用，意为“一样”、“相同”，如：**“พี่น้องสองคนนี้หน้าตาเหมือนกัน”**，**“ของเหมือนกัน แต่ราคาต่างกัน”**，**“พูดอย่างนี้เหมือนไม่ได้พูด”**等。此外，**เหมือน**还可以连接一个名词或代词去修饰前面的谓语。

ตัวอย่าง ฉันก็ชอบกินเผ็ดเหมือนเธอ
อาจารย์บอกว่า วันนี้หัดสนทนากันเหมือนเมื่อวาน

แบบฝึกหัด จงรวมประโยคสองประโยคในแต่ละข้อให้เป็นประโยคเดียวกันเหมือนตัวอย่าง（参照例句将下列每题中的两个句子合为一句）

๑) พวกเขาขยันกัน	- เธอขยัน
๒) เขาทำอะไรว่องไว	- แม่ทำอะไรว่องไว
๓) ที่ชนบทยังไม่ค่อยมีโรงเรียนดี ๆ	- ในเมืองมีโรงเรียนดี ๆ
๔) น้องก็ชอบฟังดนตรี	- ฉันชอบฟังดนตรี
๕) อาของฉันทำอาหารอร่อย	- พ่อครัวทำอาหารอร่อย
๖) หน้าตาของเด็กคนนี้สวย	- แม่เด็กคนนี้สวย
๗) เสียงของเขาเพราะ	- เสียงของนักร้องเพราะ
๘) ฤดูร้อนอากาศที่ปักกิ่งร้อน	- เมืองไทยอากาศร้อน

สนทนา (คุยกันระหว่างเหลียงอี้กับฉางเฉียง)

เหลียงอี้	เขี่ยงเป็นชาวแต้จิ๋วใช่ไหม
ฉางเฉียง	ใช่
เหลียงอี้	ชาวแต้จิ๋วชอบกินเผ็ดทุกคนเหมือนคนไทยหรือเปล่า
ฉางเฉียง	ไม่แน่ อย่างเขี่ยงเป็นคนหนึ่งละที่ไม่ค่อยชอบกินเผ็ด
เหลียงอี้	แล้วเขี่ยงชอบรสอะไรล่ะ
ฉางเฉียง	เขี่ยงชอบกินรสหวานๆเหมือนชาวเซี่ยงไฮ้เขา

๔. .....**เสียอีก** 用在句末，表示强调实际情况与自己原先想象的不同或相反，汉语常用"还（以为）"来表示；或表示强调实际情况与别人认为的不同或者相反，汉语常用"还"、"（反而）还"来表示。此外，.....**เสียอีก** 还可以用于表示强调进一层的意思，汉语用"还"或"更"来表示。

ตัวอย่าง
๑) นึกว่าเธอกลับบ้านไปแล้วเสียอีก
๒) "เมื่อวานซืนน้องของฉันร้องขึ้นว่า 'แม่ผึ้งมา' ฉันนึกว่าเขาเห็นแม่พึ่งจะมาเสียอีก"
๓) "นึกว่าไม่มาแล้วเสียอีก ดีใจจังเลย"
๔) ขอโทษเถอะครับยาย ผมนึกว่ายายจะชอบเสียอีก
๕) ไม่เค็มหรอก ฉันรู้สึกว่าจืดไปเสียอีก
๖) ไม่รังเกียจค่ะ กลับชอบเสียอีก
๗) ฉันไม่ถือหรอก รู้สึกดีเสียอีก
๘) เขาไม่เพียงแต่ไม่รู้สึกเสียใจ กลับรู้สึกดีใจเสียอีก
๙) อากาศวันนี้หนาวกว่าเมื่อวานเสียอีก
๑๐) ผลดีกว่าที่เราคาดไว้เสียอีก
๑๑) ผลการสอบแย่กว่าปีที่แล้วเสียอีก
๑๒) เธอควรจะภูมิใจในตัวเองยิ่งกว่าฉันเสียอีก เพราะเธอช่วยตัวเองมาตลอด

แบบฝึกหัด จงแปลประโยคตัวอย่างให้เป็นภาษาจีน （将例句译为汉语）

สนทนา (คุยกันระหว่างนักศึกษา)

- แย่ เลยเวลากินข้าวแล้ว
- ฉันซื้อมาให้แล้ว
- ขอบคุณมาก
- อาหารเผ็ดเสียด้วย

บทที่ ๘   ชอบรสเผ็ด

- ตาย ฉันไม่ค่อยกินเผ็ด
- รึ นึกว่าเธอจะชอบเสียอีก
- ทำไมล่ะ
- ก็ชาวภาคใต้ชอบกินเผ็ดไม่ใช่หรือ
- ไม่ทุกคนหรอก แต่ไม่เป็นไร ฉันพอกินได้

บทสนทนา

(หยางลี่ จินตนาและนิตยาคุยกันในโรงอาหาร)

หยางลี่ ที่มหาวิทยาลัยเมืองไทยมีโรงอาหารเหมือนที่นี่ไหม

นิตยา ก็คล้ายกัน มหาวิทยาลัยต่าง ๆ โดยมากจะมีโรงอาหารตามคณะใหญ่ ๆ ทางมหาวิทยาลัยให้พ่อค้าแม่ค้าเขามาเช่าที่และทำสัญญากัน อาหารที่มหา-วิทยาลัยไม่ให้ขายแพง แต่เขาคงไม่ขาดทุน เพราะมีลูกค้าประจำมาก

จินตนา แล้วโรงอาหารแต่ละโรงจะมีร้านขายอาหารหลายเจ้า ขายอาหารชนิดต่าง ๆ มากมาย

หยางลี่ อาหารที่ขายเหมือนที่นี่ไหม

นิตยา ไม่ค่อยเหมือน บางเจ้าขายก๋วยเตี๋ยวกับบะหมี่ บางเจ้าขายข้าวราดแกง ข้าวผัด ฯลฯ บางเจ้าขายอาหารตามสั่ง บางเจ้าก็ขายน้ำดื่มหรือผลไม้ มีหลาก-หลาย

หยางลี่ พี่นิดชอบอาหารรสอะไรมากที่สุดล่ะ

นิตยา รสเผ็ด หรือไม่ก็ทั้งเผ็ดทั้งเปรี้ยว อร่อยที่สุดเลย เอ๊ะ ไม่ทราบว่าทางมหา-วิทยาลัยให้เราหุงข้าวเองที่หอได้ไหม

หยางลี่ รู้สึกว่าคงจะไม่ให้หุงเองหรอก อาหารที่โรงอาหารมหาวิทยาลัยพอกินได้ไหม

นิตยา ก็พอใช้ได้เหมือนกัน แต่รู้สึกจืดไปหน่อย

หยางลี่ ลี่รู้สึกว่าอาหารปักกิ่งส่วนใหญ่จะเค็มไปเสียอีก

จินตนา นิดคงไม่ได้หมายถึงจืดอย่างที่ลี่เข้าใจหรอก คนไทยรู้สึกว่ารสอาหารที่นี่มีรสไม่จัดพอไงล่ะ คือไม่เผ็ดไม่เปรี้ยวอย่างที่คนไทยชอบ

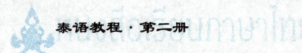

หยางลี่	อ๋อ เข้าใจละ เอ๊ะพี่หน่อย อาหารไทยที่มีชื่อมีอะไรบ้าง
จินตนา	มีหลายอย่าง เช่นต้มยำกุ้ง แกงเขียวหวาน อร่อยมาก ๆ เลย พูดแล้วน้ำลายไหล
หยางลี่	เมืองไทยคงมีอาหารทะเลมากซี
จินตนา	ซีฟู้ดหรือ ที่เมืองไทยหากินง่าย ทั้งสดและราคาก็ไม่แพงเหมือนที่นี่
นิตยา	ที่จริงที่เมืองไทยมีอาหารจีนขายมากเหมือนกัน เช่นขนมจีบเอย บะจ่างเอย ซาละเปาเอย ร้านขายอาหารแต้จิ๋ว กวางตุ้ง เซี่ยงไฮ้ก็มีมาก คนจีนอยู่เมืองไทยไม่ยาก
หยางลี่	พี่นิดชอบกินหมี่สะดวกไหม
นิตยา	(งง)อะไรนะ
จินตนา	(ยิ้ม ๆ พูดกับนิตยา) ลี่เขาหมายถึงพวก"มาม่า"นั่นแหละ
นิตยา	อ๋อ ก็กินเหมือนกัน
หยางลี่	ทำไมเรียก"มาม่า"ล่ะ
จินตนา	เป็นยี่ห้อสินค้าประเภทหมี่ซองอย่างที่ลี่ว่าแหละ คนไทยนิยมเรียกตามยี่ห้อสินค้า

ข้อสังเกต

๑. มหาวิทยาลัยต่าง ๆ <u>โดยมาก</u>จะมีโรงอาหารตามคณะใหญ่ ๆ

โดยมาก 与以前学过的 โดยทั่วไป 等一样，都是插入语。泰语中的插入语位置与汉语相同。这里的 โดยมาก 是 "大多" 的意思。

๒. ทางมหาวิทยาลัยให้พ่อค้าแม่ค้า<u>เขา</u>มาเช่าที่....

这里的 เขา 是同位语，即指 พ่อค้าแม่ค้า。เขา 在口语中发 เค้า 音。

๓. โรงอาหารแต่ละโรงจะมีร้านขายอาหาร<u>หลายเจ้า</u>

เจ้า 是指店主，也可借指某家店。如：

อาหารเจ้านี้อร่อย
ฉันชอบกินอาหารเจ้านั้น

๔. หรือไม่ก็ทั้งเผ็ดทั้งเปรี้ยว อร่อยที่สุดเลย

๑) หรือไม่ 要不，หรือไม่ก็ 汉语可译作“要不就（是）……”。

๒) ทั้ง....ทั้ง.... 与后面的 ทั้ง....และ.... 都是“又……又……”的意思。但与第一课中学的“....ด้วย....ด้วย”比较起来，更有强调的意味，而且书面语中用得更多一些。

๓) ที่สุด 除了译作“最”外，在口语中还经常表示“……极了”这种意思。

๔) 此处的 เลย 与下面 อร่อยมาก ๆ เลย 中的 เลย 都是起增强语气的作用。

๕. นิดคงไม่ได้หมายถึงจืดอย่างที่ลี่เข้าใจหรอก
คือไม่เผ็ดไม่เปรี้ยวอย่างที่คนไทยชอบ

อย่างที่.... 是结构助词，连接一个句子去修饰前面的谓语以表示类别。其他例子如：

ความจริงไม่ได้เลวร้ายอย่างที่เขาบอกหรอก
เขาพยายามเรียนจนได้รับความสำเร็จอย่างที่พ่อแม่หวังไว้

๖. ....แต่รู้สึกว่าจืดไปหน่อย
คนไทยรู้สึกว่ารสอาหารที่นี่มีรสไม่จัดพอไงล่ะ

此处的 จืด 和 จัด 是一对相对应的词。จืด 指味道平淡、清淡，不够刺激。而 จัด 则指味道很浓烈，具有酸、辣等刺激性。如果 จืด 与 เค็ม 相对应，则是指味道的淡和咸。

๗. ต้มยำกุ้ง แกงเขียวหวาน

ต้มยำกุ้ง 是泰国的一道特色菜，主要调料有香茅草、苦橙叶、蓝姜、柠檬、鲜朝天椒等，主菜料是鲜虾和草菇等，味酸辣可口。

แกงเขียวหวาน 大多用来作盖浇饭的汤料，或用来一口一口拌饭吃。主要原料有生山椒（也可用朝天椒或鲜胡椒）、香茅草、苦橙叶、椰汁、蔗糖、小脆茄、笋、鸡肉（或其他肉类）等，味甜辣。

แกง 一般译为“汤”，但是泰语中的 แกง 与汉语中的“汤”不完全相同。แกง 里的肉或鱼虾和菜料比较丰富，因此可译作“汤菜”。泰国人习惯称中国式的汤为“แกงจืด”。

๘. ซีฟูดหรือ ที่เมืองไทยหากินง่าย ทั้งสดและราคาก็ไม่แพงเหมือนที่นี่

(1) หากิน 可以是“谋生”的意思，但此处是指“หาและกินซีฟู้ด”

(2) ไม่........เหมือน........ 是个可能产生歧义的否定式句子结构，要看语言环境来确定其意义。试比较下面两个句子：

๑) เสื้อผ้าที่นี่(ปักกิ่ง)ไม่แพง ที่กรุงเทพฯ ก็ไม่แพงเหมือนที่นี่ （跟这里一样，也不贵）

๒) อาหารทะเลที่นี่(ปักกิ่ง)แพง แต่ที่กรุงเทพฯไม่แพงเหมือนที่นี่ （跟这里不一样，没那么贵）

๙. ที่จริงที่เมืองไทยมีอาหารจีนขายมากเหมือนกัน เช่นขนมจีบเอย บะจ่างเอย ซาลาเปาเอย

....เอย ....เอย ....เอย 是表示列举的语气词，相当于汉语中的“……啊，……啊，……啊”。

แบบฝึกหัด

๑. จงจับกลุ่มกลุ่มละ ๓ คนหัดสนทนากันตามบทสนทนา

๒. จงแต่งประโยคตามรูปประโยคในบทนี้รูปละ ๒ ประโยค

๓. จงแปลประโยคต่อไปนี้เป็นภาษาจีน

(๑) มหาวิทยาลัยต่าง ๆ โดยมากจะมีโรงอาหารตามคณะใหญ่ ๆ

(๒) โรงอาหารแต่ละโรงจะมีร้านขายอาหารหลายเจ้า ขายอาหารชนิดต่าง ๆ มากมาย

(๓) พี่ชอบรสเผ็ด หรือไม่ก็ทั้งเผ็ดทั้งเปรี้ยว อร่อยที่สุดเลย

(๔) อาหารที่นี่ พี่รู้สึกพอกินได้ไหม

(๕) นิดคงไม่ได้หมายถึงจืดอย่างที่ลี่เข้าใจหรอก คนไทยรู้สึกว่ารสอาหารที่นี่มีรสไม่จัดพอไงล่ะ คือไม่เผ็ดไม่เปรี้ยวอย่างที่คนไทยชอบ

(๖) ซีฟู้ตหรือ ที่เมืองไทยหากินง่าย ทั้งอร่อยและราคาก็ไม่แพงเหมือนที่นี่

(๗) ที่จริงที่เมืองไทยมีอาหารจีนขายมากเหมือนกัน คนจีนอยู่เมืองไทยไม่ยาก

(๘) "มาม่า"เป็นยี่ห้อสินค้าประเภทหมี่ซองอย่างที่ลี่ว่าแหละ คนไทยนิยมเรียกตามยี่ห้อสินค้า

๔. จงใช้คำว่า "ที่สุด" "อย่างที่" "....เหมือน...." และ "ไม่....เหมือน...."แต่งประโยคคำละ ๒ ประโยค

ศัพท์และวลี

สำเนียง	语音，口音
หมู ๆ	很容易的
เพื่อนกินหาง่าย เพื่อนตายหายาก	酒肉朋友好找，生死之交难寻
โต	大；长大
อัน	个（量词）
พิจารณา(พิ-จา-ระ-นา)	考虑
วาด	画（动词）
ฝีมือ	手艺
ชนบท(ชน-นะ-)	农村
ฝ้าย	棉花
ประเภท	类，小类
ไปด้วยคน	（我）也去，加上（我）一个
หุงข้าว	做饭
ปล่อย	放
เลือก	挑选
หยิบ	取，拿
รูป	画，图
วาดเขียน	画（动词）
ว่องไว	敏捷
เมือง	城市

นักร้อง	歌唱家
แม่ผึ้ง	=ผึ้ง 蜜蜂
กลับ	反而，却
เสียใจ	遗憾；伤心
ตัวเอง	自己
ตลอด	一直
คล้ายกัน	相似
พ่อค้า	（男）商人
พ่อค้าแม่ค้า	（笼统的）商人、商贩
ทุน	资本
ลูกค้า	顾客
เจ้า	主人，所有者
ข้าวราดแกง	辣汤盖浇饭
สั่ง	点（菜）
ทั้ง....ทั้ง....	又……又……
จัด	（味道）浓烈
แกงเขียวหวาน	（泰式）绿咖喱汤
ไหล	流
ทั้ง....และ....	又……又……，既……又……
บะจ่าง	肉粽
งง	发蒙，迷惑不解
นิยม....	喜爱……；习惯……；流行
ร้าย	坏，恶劣
หวัง	希望

แต้จิ๋ว	潮州
รังเกียจ	嫌弃
ถือ	忌讳
ภูมิใจ	自豪
ยิ่ง....	更
ภาคใต้	南方，南部
โดยมาก	大多
แม่ค้า	（女）商人
เช่า	租
สัญญา	合同
ขาดทุน	亏本
ลูกค้าประจำ	常客，固定的顾客
ข้าวผัด	炒饭
หลากหลาย	多种多样，五花八门
ต้มยำกุ้ง	（泰式）酸辣虾煲汤
น้ำลาย	口水
ซีฟู้ด	=อาหารทะเล 海鲜
ขนมจีบ	烧麦
กวางตุ้ง	广东
ยี่ห้อ	字号，商标
หมี่ซอง	袋装面，方便面
ความจริง	事实
เลวร้าย	恶劣

บทที่ ๘   ชอบรสเผ็ด

บทอ่านประกอบ

(๑)

หลังจากรับประทานอาหารเย็นแล้ว พ่อ แม่ มานะ และมานีนั่งคุยกันที่ม้านั่งหน้าบ้าน มานีถามพ่อว่า วันนี้ทำไมกลับบ้านช้า เขาจะยืมปากกาจ่าหน้าซองจดหมายถึงย่า เลยต้องใช้ปากกาของมานะเขียนแทน พ่อบอกว่ามีประชุมที่อำเภอ นายอำเภอคนใหม่มาทำงานวันนี้ และนัดประชุมข้าราชการเพื่อชี้แจงการทำงาน จึงกลับบ้านช้ากว่าธรรมดา แม่ถามพ่อว่านายอำเภอประชุมเรื่องอะไร พ่อบอกว่ามีหลายเรื่อง ที่สำคัญก็คือ ขอให้ข้าราชการทุกคนขยันทำงาน ซื่อสัตย์ สามัคคี และทำความดีเพื่อชาติ ศาสนา พระมหากษัตริย์ของเรา

มานะถามพ่อว่า นายอำเภอมีหน้าที่อะไรบ้าง พ่อตอบว่านายอำเภอมีหน้าที่ดูแลความเป็นอยู่ของประชาชน ทำให้ท้องถิ่นเจริญก้าวหน้า และปฏิบัติงานตามคำสั่งของรัฐบาล

มานีเล่าเรื่องตำรวจที่ครูไพลินอธิบายให้นักเรียนฟัง พ่อบอกว่าตำรวจก็เป็นข้าราชการที่ทำงานเพื่อประชาชนเหมือนกัน พ่ออธิบายต่อไปว่า แต่ละอำเภอมีข้า-ราชการหลายฝ่ายร่วมกันทำงาน มีฝ่ายช่วยเหลือการทำไร่ทำนา ฝ่ายเก็บภาษี และฝ่ายจัดการศึกษาก็มี มานีถามพ่อว่า สาธารณสุขอำเภอเป็นงานของอำเภอด้วยใช่ไหม พ่อบอกว่า ใช่ เป็นฝ่ายให้การรักษาพยาบาล มานะสงสัยงานของไปรษณีย์ พ่อบอกว่าที่ทำการไปรษณีย์รับส่งเงิน จดหมาย โทรเลข และสิ่งของให้คนทั่วไป มานีถามว่า บุรุษไปรษณีย์มีเงินเดือนหรือไม่ พ่อตอบว่า มี

มานีหันไปพูดกับแม่ว่า "พี่มานะสอนมานีให้เขียนจดหมายถึงย่า ชวนย่ามาอยู่ที่บ้าน มานีเขียนเสร็จแล้ว และจะเอาไปทิ้งที่ตู้ไปรษณีย์พรุ่งนี้ค่ะ"

"มานีต้องรีบไปทิ้งจดหมายที่ตู้ไปรษณีย์เดี๋ยวนี้ จะได้ทันเวลาบุรุษไปรษณีย์มาไขกุญแจตู้ตอนเช้า ย่าจะได้รับจดหมายและมาหามานีเร็วๆ" แม่พูด

(๒)

ครูไพลินถามนักเรียนในชั้นว่า "เมื่อคืนนี้ ใครไปเที่ยวงานวัดบ้าง" ชูใจ ปิติ มานี และนักเรียนอื่นๆ อีกหลายคนยกมือ ครูไพลินจึงบอกให้ชูใจเล่าให้เพื่อนๆ ฟัง

123

ชูใจยืนขึ้นเล่า

"ฉันไปเที่ยวงานวัดกับย่า พอถึงวัดได้ยินเสียงเพลงดังไปทั่ว มีธงสีต่าง ๆ แขวนอยู่รอบ ๆ ย่าพาฉันไปจุดธูปเทียนบูชาพระ มีคนไปไหว้พระกันมาก กลิ่นธูปเทียนฟุ้งไปหมด บางคนก็ปิดทองพระ ย่านำเงินไปทำบุญเพื่อสร้างศาลาวัดด้วย พอไหว้พระและทำบุญแล้ว ฉันขอให้ย่าพาไปดูร้านขายของในงาน มีร้านขายของแปลก ๆ หลายร้าน เช่น ร้านขายหมวก เข็มขัด เครื่องดนตรี ดาบ ปี่ และลูกบอล ฉันชอบร้านขายตุ๊กตาสวย ๆ และบางตัวเคลื่อนไหวได้ด้วย ย่าซื้อตุ๊กตาเด็กผู้หญิงผมยาวให้ฉันตัวหนึ่ง ฉันชอบมาก"

ชูใจเล่าจบก็นั่งลง นักเรียนหญิงคนหนึ่งยืนขึ้นบอกครูไพลินว่า

"คุณครูคะ วันหลังให้ชูใจเอาตุ๊กตามาให้เราดูบ้างนะคะ"

ครูไพลินยิ้ม หันไปมองชูใจ ชูใจหยิบตุ๊กตาชูให้เพื่อนดูและพูดว่า "ฉันเอามาด้วยแล้ว นี่อย่างไรล่ะ น่ารักไหม"

ทุกคนชอบและชมว่าน่ารักดี

ครูไพลินบอกให้ปิติเล่าเรื่องไปเที่ยวงานวัดให้เพื่อน ๆ ฟังบ้าง ปิติยืนขึ้นเล่า

"ผมไปกับพ่อ พอไหว้พระและทำบุญแล้ว พ่อพาไปดูลิเก พ่อชอบลิเกมาก เพราะมีทั้งร้องและรำ เวลารบกันก็สนุก พอดูลิเกประเดี๋ยวหนึ่ง ผมก็ขอให้พ่อพาไปดูรำวง มีหนุ่มสาวขึ้นไปรำเป็นคู่ ๆ น่าดูมาก ผมอยากจะขึ้นไปรำบ้าง แต่พ่อห้ามไว้ พ่ออยากดูโขนและละคร แต่ไม่มี ผมกับพ่อเที่ยวอยู่จนดึกจึงกลับบ้าน"

"ปิติซื้ออะไรบ้างหรือเปล่าคะ" ครูไพลินถาม

"พ่อซื้อลูกบอลเล็ก ๆ ให้ผมลูกหนึ่ง ซื้อปี่ไปฝากน้องด้วย และซื้อน้ำหวานให้ผมแก้วหนึ่ง" ปิติตอบ

พอปิติพูดจบ ครูไพลินบอกว่า การแสดงของไทยเรานั้นมีดี ๆ หลายอย่าง เช่น ลิเก ละคร โขน ลำตัด หมอลำ หนังตะลุง และอื่น ๆ อีก พวกเราควรดีใจที่เรามีการแสดงหลายอย่างเป็นของเราเอง วันหลังครูจะนำภาพมาให้ดู และร้องเพลงที่เกี่ยวกับการแสดงของไทยให้นักเรียนฟัง

บทที่ ๘ ชอบรสเผ็ด

ศัพท์และวลีในบทอ่าน

ซอง	信封，纸口袋	หน้าซอง	信封的正面
จ่าหน้าซอง	写信封	นายอำเภอ	县长
ข้าราชการ	公务员	ซื่อสัตย์	忠诚，忠实
ความดี	善事，好事，功德	ท้องถิ่น	地方（相对于中央）
เจริญ	繁荣	ก้าวหน้า	进步
ต่อไป	继续	ฝ่าย	方面
ช่วยเหลือ	帮助	ทำไร่ทำนา	（泛指）种地
ภาษี	税	โทรเลข	电报
บุรุษไปรษณีย์	邮递员	เงินเดือน	月薪，工资
กุญแจ	锁；钥匙	ไขกุญแจ	开锁
งานวัด	庙会	รอบ ๆ	周围
ฟุ้ง	弥漫，飞扬	พระ	佛像
ปิดทองพระ	在佛像身上贴金箔	แปลก	奇怪
		เข็มขัด	腰带
ดาบ	刀	ปี่	箫
ลูกบอล	球	ตุ๊กตา	洋娃娃（包括木偶、陶俑等）
อย่างไรล่ะ	=ไงล่ะ		
ลิเก	裂家剧（一种古典民间戏剧）	สาว	姑娘
		เป็นคู่ ๆ	一对一对的
โขน	孔剧（一种古典哑剧）	ละคร	戏剧
		แก้ว	杯（量词）
ลำตัด	南达（泰国的一种对歌）	หมอลำ	东北的对歌能手
หนังตะลุง	皮影		

125

บทที่ ๘ สภาพการเรียน

รูปประโยคและการใช้คำ

๑. ....ไหว **ไหว**用来修饰前面的动词，表示这个动作或行为尚在行为人能力所及的范围内。翻译成汉语时，要注意选择恰当的词语。

ตัวอย่าง ๑) ทางไกลมาก แต่ก็พอเดินไหว
๒) แต่ละบทมีศัพท์เป็นร้อย ๆ คำ เธอจำไหวไหม
๓) โต๊ะตัวนี้หนักมาก ยกคนเดียวไหวหรือ
๔) เธอลงวิชามากอย่างนี้ สงสัยจะเรียนไม่ไหว
๕) เขาให้เราทำงานวันละ ๑๐ กว่าชั่วโมง นานเข้าจะทำไม่ไหวหรอก
๖) ขายังเจ็บอยู่ คงเล่น(บอล)ไม่ไหว
๗) ครอบครัวนี้ยากจน เลี้ยงลูกหลายคนไม่ไหว
๘) ดูท่าแกเจ็บจนจะทนไม่ไหวแล้ว

แบบฝึกหัด (๑) จงอ่านประโยคตัวอย่างให้คล่องและแปลเป็นภาษาจีน (๒) ให้คำตอบกับประโยคที่เป็นคำถาม (๓) เปลี่ยนประโยคบอกเล่าให้เป็นประโยคคำถามและให้คำตอบด้วย（1. 熟读例句并将例句译为汉语；2. 回答例句中的问句；3. 将例句中的陈述句改为问句并给予回答。）

สนทนา (คุยกันระหว่างเหลียงอี้กับเฉินชาง)

เฉินชาง เทอมนี้อี้จะลงกี่วิชา
เหลียงอี้ ว่าจะลงสัก ๘ วิชา

บทที่ ๙   สภาพการเรียน

เฉินชาง	เรียนไหวหรือ
เหลียงอี้	พอไหวมั้ง แต่ต้องลงแรงมากหน่อย
เฉินชาง	เดี๋ยวสุขภาพพัง ลงน้อยหน่อยเหอะ

๒. ....นี่   语气助词。除了第一册第十七课学过的用法外，还可以出现在表示惊异或赞叹的句子中，含有出乎意料的意味。在口语中也往往发成 เนี่ย 的声音。

ตัวอย่าง   คนมาจากไหนกันนี่ เต็มไปหมด
เก่งนี่ ยังไม่ถึง ๓ ขวบ ท่องบทกลอนได้หลายบทแล้ว

แบบฝึกหัด   จงเติมคำบอกมาลาคำว่า "........นี่" ลงไปในประโยคต่อไปนี้ เพื่อเน้นความประหลาดใจหรือชมเชยด้วยความประหลาดใจเพราะคาดคิดไม่ถึง（给下列句子加上表示由于出乎意料而感到惊异或赞叹的语气助词）

๑) วาดเก่ง เธอหัดกับใคร
๒) เสื้อตัวนี้เก๋ดี ยังมีขายอีกไหม
๓) เครื่องนี้ใช้ง่ายดี ซื้อที่ไหน
๔) โอ้โฮ คนมากันไม่น้อย
๕) ทีมเราเล่นได้ไม่เลว ไม่แพ้เขาเลย
๖) ทิวทัศน์ที่นี่แปลกดี ไม่เหมือนที่อื่นเลย
๗) อาหารวันนี้อร่อย เอาอีกจานไหม
๘) วิธีแปลของเขาไม่เหมือนคนอื่น แต่ก็ได้ความดีเหมือนกัน

๓. .....จน....   连词。连接一个形容词或说明某种结果的动词、动词短语或句子以修饰谓语，表示该谓语中的动作一直延续到某个时间、某种程度或达至某种结果。

ตัวอย่าง   เขาพยายามหัดอ่านจนคล่อง
เขาเรียนจนดึกทุกวัน
เขาเล่าจนจบ

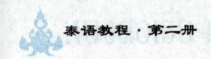

อากาศหนาวจนน้ำในสระจับเป็นน้ำแข็งไปหมด

แบบฝึกหัด จงใช้คำที่ให้ไว้แต่งประโยคตามตัวอย่าง (用所给词语仿照例句造句。)

๑) พยายามทำ, สำเร็จ
๒) ท่อง, ขึ้นใจ
๓) รอ, ฝนหยุด, จึงกลับหอพัก
๔) อ่าน, จบ
๕) ฟัง, เบื่อ
๖) พยายามแก้ไขการออกเสียง, ถูกต้อง
๗) อาจารย์พยายามอธิบายให้เราฟัง, เข้าใจกันทุกคน
๘) พยายามหัดคัดลายมือ, สวย

สนทนา (คุยกันระหว่างเพื่อนนักศึกษา)

- จิ้งเขาออกเสียงดีนะ
- อึม ทีแรกจิ้งออกเสียงไม่ชัด แต่เขาพยายามแก้ไขจนออกได้ชัด
- ทีแรกจิ้งลายมือไม่สวย แต่จิ้งพยายามหัดจนเดี๋ยวนี้เขียนได้สวยมาก
- ศัพท์จิ้งก็จำได้แม่น
- จิ้งขยันมาก อ่านหนังสือจนดึกทุกคืน
- จิ้งเป็นแบบอย่างของเรานะ
- ใช่ เราควรจะเอาอย่างจิ้ง

บทที่ ๙   สภาพการเรียน

๔. **ประโยคทวิกรรม（双宾语句）**　泰语与汉语一样也有双宾语句，但是这两种语言双宾语句中直接宾语和间接宾语的语序正好相反。试比较：

ตัวอย่าง ๑　他给了我好几张照片。
　　　　　　เขาให้รูปฉันหลายรูป
　　　　　　我还图书馆两本书。
　　　　　　ฉันคืนหนังสือห้องสมุด ๒ เล่ม
　　　　　　学校不给不及格的学生补考的机会。
　　　　　　ทางมหาวิทยาลัยไม่ให้โอกาสผู้สอบตกสอบซ่อม

泰语中的双宾语句可以在间接宾语前加介词，从而变为单宾语句。如：

ตัวอย่าง ๒　เขาให้รูปฉันหลายรูป
　　　　　　　- เขาให้รูปแก่ฉันหลายรูป
　　　　　　ฉันคืนหนังสือห้องสมุด ๒ เล่ม
　　　　　　　- ฉันคืนหนังสือแก่ห้องสมุด ๒ เล่ม
　　　　　　ทางมหาวิทยาลัยไม่ให้โอกาสผู้สอบตกสอบซ่อม
　　　　　　　- ทางมหาวิทยาลัยไม่ให้โอกาสแก่ผู้สอบตกสอบซ่อม

如果直接宾语带修饰成分（数量短语除外），泰语必须加介词成为单宾语句。汉语则没有这种限制。如：

ตัวอย่าง ๓　他给了我几张那天拍的照片。
　　　　　　เขาให้รูปที่ถ่ายวันนั้นแก่ฉันหลายรูป
　　　　　　* เขาให้รูปที่ถ่ายวันนั้นฉันหลายรูป
　　　　　　我还图书馆两本英文书。
　　　　　　ฉันคืนหนังสือภาษาอังกฤษแก่ห้องสมุด ๒ เล่ม
　　　　　　* ฉันคืนหนังสือภาษาอังกฤษห้องสมุด ๒ เล่ม

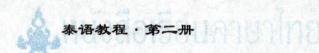

学校不给不及格的学生补考的机会。
ทางมหาวิทยาลัยไม่ให้โอกาสสอบซ่อมแก่ผู้สอบตก
* ทางมหาวิทยาลัยไม่ให้โอกาสสอบซ่อมผู้สอบตก

แบบฝึกหัด ๑ จงแปลประโยคต่อไปนี้เป็นภาษาไทย（将下列句子译成泰语。）

1. 妈妈给孩子钱。
2. 爷爷给孙子好吃的点心。
3. 老师给学生一人发一个本子。（发：แจก）
4. 老师给每个学生打分。
5. 想问你一个问题。
6. 谁教你们语法？（语法：ไวยากรณ์）
7. 还图书馆一本书。
8. 还图书馆一本昨天刚借来的书。

แบบฝึกหัด ๒ จงแปลประโยคต่อไปนี้เป็นภาษาจีน（将下列句子译成汉语。）

๑) ทางคณะให้รางวัลนักเรียนขยัน
๒) เขาให้ของขวัญฉันในวันขึ้นปีใหม่
๓) แม่ป้อนข้าวลูก
๔) ฉันจะไปคืนจักรยานเขาวันนี้
๕) ขออะไรคุณสักอย่างได้ไหม
๖) แม่ค้าทอนสตางค์ลูกค้า
๗) เขาเป็นคนสะเพร่า มอบงานอะไรเขาไม่ได้
๘) วันนี้อาจารย์สั่งการบ้านเรามากไหม

บทสนทนา

(คุยกันระหว่างหยางลี่กับนิตยา)

นิตยา ลี่ เทอมนี้ลี่ลงกี่วิชา

หยางลี่ ๗ วิชา ภาษาไทยพื้นฐาน การฟังการพูดภาษาไทย ประวัติศาสตร์ไทย วัฒนธรรมไทย เศรษฐศาสตร์เบื้องต้น ....และวิชาคอมพิวเตอร์

นิตยา ลงแยะจังเลย เรียนไหวไหม

หยางลี่ พอไหว แต่ต้องพยายามหน่อย

นิตยา พี่สังเกตเห็นว่านักศึกษาจีนแต่ละคนขยันเรียนมาก ตอนค่ำห้องสมุดไม่มีที่ว่างเลย

หยางลี่ ก็เราอยู่หอมหาวิทยาลัยกันหมด บางคนไม่ชอบเรียนที่ห้องพัก ก็ต้องไปเรียนที่ห้องสมุดกัน แล้วที่มหาวิทยาลัยเมืองไทยล่ะ เขาเรียนกันอย่างไร ใช้ห้องสมุดกันมากไหม

นิตยา ที่เมืองไทย นิสิตนักศึกษาส่วนใหญ่เช้าไปเย็นกลับ กลางคืนก็อ่านหนังสือที่บ้าน ส่วนกลางวัน ถ้าชั่วโมงไหนไม่มีเรียน ก็อ่านหนังสือนอกอาคารเรียนบ้าง ห้องเรียนที่ไม่มีสอนบ้าง แน่นอน ถ้าใครต้องการค้นหาข้อมูลหรือใช้คู่มือต่าง ๆ ก็ต้องไปห้องสมุดกันละ

หยางลี่ ก็ขยันดีเหมือนกันนี่

นิตยา เอ๊ะ ลี่ มหาวิทยาลัยปักกิ่งสอบมิดเทอมและไฟเนอล์เมื่อไร

หยางลี่ พี่นิดหมายถึงสอบกลางภาคกับปลายภาคใช่ไหม

นิตยา ใช่ เออ เราใช้คำทับศัพท์จนติดปากแล้ว

หยางลี่ ภาคต้นสอบกลางภาคราวต้นเดือนพฤศจิกาฯ ปลายภาคราวเดือนมกราฯ ปีถัดไป ส่วนภาคปลายสอบกลางภาคราวปลายเมษาฯ ปลายภาคราวปลายมิถุนาฯ เวลาตรงกับที่เมืองไทยไหม

นิตยา ไม่ตรงกัน ที่เมืองไทยภาคต้นสอบไฟเนอล์ เอ๊ย สอบปลายภาคปลายกันยาฯ ภาคปลายสอบปลายกุมภาฯ ถึงต้นมีนาฯ

หยางลี่ ปิดภาคฤดูร้อนนานไหม

นิตยา ราว ๓ เดือน

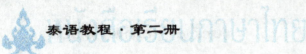

หยางลี่	โอ้โฮ ปิดยาวเชียว
นิตยา	เพราะช่วงนั้นอากาศร้อนมาก แต่บางมหาวิทยาลัยเขาเปิดซัมเมอร์ ใครจะเรียนและเก็บหน่วยกิตในช่วงนี้ก็ได้ตามสมัครใจ
หยางลี่	ก็ดีเหมือนกัน
นิตยา	เอ๊ะ ลี่ ไม่รู้ว่าที่นี่ถ้าใครสอบตก เขาให้โอกาสผู้สอบตกสอบซ่อมไหม
หยางลี่	โดยทั่วไปทางมหาวิทยาลัยจะให้ไปลงหน่วยกิตใหม่ และถ้าสอบตกเกิน ๓ วิชา ทางมหาวิทยาลัยจะคัดชื่อออกเลย
นิตยา	หรือ ก็เข้มงวดเหมือนกันนะ

ข้อสังเกต

๑. บางคนไม่ชอบเรียนที่ห้องพัก ก็<u>ต้อง</u>ไปเรียนที่ห้องสมุดกัน

"ต้อง" 除了表示 "要"、"必须" 等义外，也用在表示被迫意义的句子里，汉语要用 "不得不"、"只得" 来表示。其他例子如：

ห้องใหญ่เขาจองไว้ก่อนแล้ว จึงต้องจองห้องเล็ก
วิชาคอมพิวเตอร์ลงเต็มแล้ว ต้องลงวิชาอื่นแทน

๒. ....<u>แล้ว</u>ที่มหาวิทยาลัยเมืองไทยล่ะ

此处的 แล้ว 不作 "然后" 讲，而是顺着上文来个转折，汉语常用 "那" 来表示，句后常有 ล่ะ 与其搭配。又如：

- เขาว่าเขาเหนื่อย ไม่อยากไปกับเราแล้ว
- แล้วเธอล่ะ ไปไหม

- ที่เมืองจีนหยุดวันคริสต์มาสไหม
- ไม่หยุด แล้วที่เมืองไทย(ล่ะ)หยุดไหม

๓. เราใช้คำทับศัพท์จนติดปากแล้ว

ติด 原意有接连、粘贴、粘连等意思。很多由ติด构成的合成词往往也都带有这层意思。这句话里的ติดปาก就是“说习惯了”、“经常挂在嘴边”的意思。其他例子如：

ติดใจ	迷恋，印象深刻（至今难以忘却）
ติดตา	历历在目
ติดตัว	随身携带
ติดธุระ	有事（因而无法脱身）
ติดประชุม	有会（因而无法脱身）
ติดสอบ	有考试（因而无法脱身）

๔. ที่เมืองไทยภาคต้นสอบไฟเนอล์ เอ๊ย สอบปลายภาคปลายกันยาฯ

เอ๊ย 是叹词，自知失言时用。这句话中的 เอ๊ย 表示当นิตยา说了สอบไฟเนอล์后突然想起来对หยางลี่ 应该用泰语。

๕. โอ้โฮ ปีดยาวเชียว

เชียว是 ทีเดียว 的变音。

แบบฝึกหัด

๑. จงจับคู่หัดสนทนากันตามบทสนทนา

๒. จงใช้คำว่า“ไหว” “จน” และ“ต้อง” แต่งประโยคคำละ ๓ประโยค

๓. จงตอบคำถามต่อไปนี้

๑) นิสิตนักศึกษาไทยอยู่หอพักมหาวิทยาลัยกันหมดทุกคนเหมือนที่นี่ไหม เพราะอะไร

๒) เธอใช้ห้องสมุดมหาวิทยาลัยบ่อยไหม ไปทำอะไรที่นั่น

๓) เวลาไม่มีเรียน นักศึกษาไทยไปอ่านหนังสือกันที่ไหนบ้าง

๔) เทอมนี้เธอลงกี่วิชา กี่หน่วยกิต เธอชอบเรียนวิชาไหนมากที่สุด เพราะอะไร

๕) เวลาเปิดเทอมและปิดเทอมที่เมืองจีนกับที่เมืองไทยเหมือนหรือต่างกัน เพราะอะไร

๖) เรียนซัมเมอร์หมายถึงอะไร ที่มหาวิทยาลัยเธอเปิดซัมเมอร์ไหม

๗) เมื่อปิดภาคเรียนแล้ว เธอกลับบ้านไหม และทำอะไรบ้างตอนที่อยู่บ้าน

๘) ลองเล่าสภาพการเรียนในมหาวิทยาลัยอย่างคร่าว ๆ

ศัพท์และวลี

สภาพ	情况	เป็นร้อย ๆ	成百
ลง	= ลงทะเบียน	ลงวิชา	选课
	注册	นานเข้า	时间一久
ครอบครัว	家庭	จน	穷
ยากจน	贫穷	ทน	忍受
ลงแรง	下功夫，花	พัง	倒塌；垮
	力气	กลอน	诗
เก๋	漂亮，入时	ไม่แพ้....	不比……差
ทิวทัศน์	风景、景色	แปลก	奇怪，奇异
วิธี	方法	ได้ความ	达意，通顺
....ขึ้นใจ	（记）牢	อธิบาย	讲解，解释
ทีแรก	起初	แบบอย่าง	榜样
เอาอย่าง	向……学习	รูป	= รูปถ่าย
ทางมหาวิทยาลัย	校方		照片
โอกาส	机会	สอบซ่อม	补考
แจก	分发	ไวยากรณ์	语法
รางวัล	奖品	ของขวัญ	礼物
วันขึ้นปีใหม่	元旦	ป้อน	喂

ทอน	找（钱）	สตางค์	钱
ลูกค้า	顾客	สะเพร่า	毛毛糙糙，粗
มอบ	交给，委托		心大意
พื้นฐาน	基础	เศรษฐศาสตร์	
เบื้องต้น	初级，初步	(เสด-ถะ-)	经济学
คอมพิวเตอร์	计算机	แยะ	多
สังเกต	注意	แน่นอน	肯定，当然
ค้นหา	寻找，搜寻	ข้อมูล	资料
(หนังสือ)คู่มือ	工具（书）	(สอบ)มิดเทอม	期中考试
(สอบ)ไฟเนอล์	期末考试	หมายถึง	意思是，指
กลาง	中间		的是
ภาค(เรียน)	学期	กลางภาค	期中
ปลาย	末	ปลายภาค	期末
ทับศัพท์	音译外来词	ถัดไป	接下去的
ติดปาก	顺口，说惯	ภาคต้น	上学期
ภาคปลาย	下学期	ตรงกัน	一致
เอ๊ย	（叹词）	ปิด	关，闭
ปิดภาค	放假	ปิดภาคฤดูร้อน	放暑假
เชียว	= ทีเดียว	ซัมเมอร์	暑期班
หน่วยกิต	学分	เก็บหน่วยกิต	拿学分,攒学
สมัครใจ	自愿		分
เกิน	超过	คัดชื่อออก	开除
เข้มงวด	严格	จอง	预定
เต็ม	满	แทน	替代
วันคริสต์มาส	圣诞节		

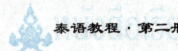

บทอ่านประกอบ

๑๑

(๑)

บ่ายวันหนึ่ง ครูไพลินเดินเข้าไปในห้องเรียน เห็นนักเรียนกลุ่มหนึ่งกำลังคุยกันอยู่หลังห้องเรียน บางคนก็นั่ง บางคนก็ยืน ครูไพลินจึงบอกให้ไปนั่งที่เดิม แล้วถามนักเรียนว่าคุยกันเรื่องอะไร

"สมคิดบอกว่า บ้านเขามีไฟฟ้าใช้แล้วครับ" นักเรียนชายคนหนึ่งตอบ

"สมคิดมีไฟฟ้าใช้ตั้งแต่เมื่อไรจ๊ะ" ครูไพลินถาม "เมื่อวานนี้เองครับ" สมคิดตอบ และพูดต่อไปว่า "ช่างไฟฟ้าตัดต้นไม้ที่กีดขวางออกก่อนจึงต่อสายไฟเข้าบ้าน เพิ่งจะมาติดหลอดไฟในบ้านเสร็จครับ"

"ก็ดีแล้ว สมคิดจะได้ทำการบ้านตอนกลางคืนสะดวกขึ้น"ครูไพลินกล่าว

สมคิดจึงพูดว่า "พ่อจะซื้อโทรทัศน์ด้วยครับ ผมชอบดูมวยและการ์ตูน เพราะสนุกดี แต่พ่อผมชอบดูข่าวและเหตุการณ์บ้านเมือง"

ครูไพลินถามนักเรียนว่า ใครรู้จักของที่ใช้ไฟฟ้าบ้าง นักเรียนหลายคนช่วยกันบอกชื่อของใช้หลายอย่าง เช่น วิทยุ โทรทัศน์ เตารีด พัดลม ตู้เย็น และหม้อหุงข้าว ครูไพลินกล่าวว่า ของเหล่านี้ล้วนเป็นเครื่องใช้ไฟฟ้า

มานีเล่าว่า ตอนที่เขาไปกรุงเทพฯเขาเห็นร้านค้าและถนนหลายสายมีไฟฟ้าสว่างจ้าและมีสีสวยงดงามมาก ครูไพลินอธิบายว่า หลอดไฟฟ้ามีหลายชนิดและหลายสี เราเลือกใช้ได้ตามความต้องการ แต่เราต้องใช้อย่างระมัดระวัง อย่าจับหรือแตะสายไฟที่ไม่มีอะไรหุ้ม จะเป็นอันตราย

ปิติพูดว่า "หมู่บ้านของผมมีไฟฟ้าตามถนน เวลาไปไหนตอนกลางคืนสะดวกมาก ไม่ต้องใช้ไฟฉายแล้วล่ะครับ"

ครูไพลินบอกนักเรียนว่า "อำเภอของเรามีโรงไฟฟ้า และปล่อยไฟฟ้าไปตามสายไฟ เพื่อให้คนในหมู่บ้านใช้ จึงมีไฟฟ้าตามถนนด้วย" นักเรียนนิ่งฟังด้วยความสนใจ

"ไฟฟ้าตามถนนเป็นของสาธารณะ พวกเราต้องช่วยกันรักษา" ครูไพลินอธิบายเพิ่มเติม

(๒)

วันเสาร์ต้นเดือนกรกฎาคม วีระนัดเพื่อน ๆ ไปเที่ยวบึงที่อยู่ไม่ห่างจากบ้านของเขามากนัก มานะ มานี ปิติ สมคิด ดวงแก้วและชูใจก็ไปเที่ยวด้วย เด็ก ๆ เดินผ่านทุ่งนา เห็นนกเอี้ยงหลายตัวเกาะอยู่บนหลังควาย ชูใจเห็นนกเอี้ยงแล้วก็อยากเห็นนกยูงบ้าง เพราะเคยเห็นแต่รูปในหนังสือ ปิติเห็นกอไผ่จึงบอกว่า ถ้ามีมีดจะตัดไม้-ไผ่ไปทำว่าว ดวงแก้วว่าจะเอาไปทำข้าวหลาม สมคิดว่าจะเอาไปทำกังหัน วีระว่าจะเอาไปทำด้ามมีด

เด็ก ๆ เดินคุยกันไปจนถึงริมบึง วีระบอกว่าเมื่อก่อนที่ริมบึงมีต้นไม้มากมาย แต่ถูกตัดไปใช้และเผาถ่านจนเกือบหมด จึงมีแต่ต้นไม้เตี้ย ๆ เหลือต้นสูง ๆ อีกไม่มากนัก บางต้นมีกาฝาก มานีมองเห็นดอกกล้วยไม้สีสวย จึงขอให้ปิติขึ้นไปเอามาให้ มานะบอกว่าปล่อยให้ดอกกล้วยไม้อยู่บนต้นไม้ดีกว่า คนอื่นจะได้ดูบ้าง ปิติว่าเขาขึ้นไม่ได้ เพราะกลัวตกและเข็ดที่ไปเจอผึ้งเหมือนตอนที่เขาขึ้นต้นไม้จะเอารังนก

เด็ก ๆ พากันมานั่งพักที่ต้นไม้ริมบึง น้ำในบึงแห้งเกือบหมด เพราะตั้งแต่เดือนมิถุนายนมีฝนตกเพียงเล็กน้อย ริมบึงบางแห่งน้ำแห้งเกือบเป็นโคลน มานะมองเห็นปลาดิ้นอยู่จึงชวนเพื่อนลงไปจับปลา เด็กผู้หญิงกลัวเปื้อนโคลนไม่มีน้ำล้างและไม่มีผ้าผลัด ขอนั่งดูอยู่ใต้ต้นไม้ ส่วนเด็กผู้ชายลงไปจับปลากันอย่างสนุกสนาน มานะจับปลาช่อนได้ สมคิดจับปลาหมอได้ แต่ปลาดุกไม่มีใครจับ ต้องให้วีระจับ วีระจับปลาเก่งมาก เพราะเคยจับอยู่บ่อย ๆ ปิติจับได้แต่ปลาตัวเล็ก ๆ ชูใจบอกให้ปิติเอาไปปล่อยในคูข้างบ้าน เพราะมันยังเล็กอยู่ ปิติว่าถ้าปล่อยในคูเดี๋ยวน้ำแห้งมันก็จะตาย เอาไปปล่อยในแม่น้ำดีกว่า มานีรู้สึกร้อนและหิวข้าวเพราะเวลาใกล้จะเที่ยงแล้ว จึงชวนมานะกลับบ้าน เด็กผู้ชายทั้งหมดจึงขึ้นมาจากบึง

ตอนเดินกลับบ้าน วีระเล่าให้เพื่อน ๆ ฟังว่า "เมื่อปีกลาย น้ำในบึงมีมากและลึก นอกจากมีปลามากแล้ว ยังมีกบและเต่าอีกด้วย แต่ปีนี้ฝนไม่ค่อยตกจึงมีน้ำน้อย ปลาก็น้อยด้วย กบและเต่าไม่มีเลย"

"ฝนตกน้อยอาจเป็นเพราะคนตัดต้นไม้มากหรือไฟไหม้ป่าทำให้ต้นไม้ตาย เหมือนที่ครูสอนก็ได้" วีระพูดต่อ

"นอกจากจะมีปลาน้อยแล้ว คนยังจับปลามากขึ้น ไม่เลือกทั้งตัวเล็กตัวน้อย ถ้าจับอย่างนี้ต่อไป เราคงจะไม่มีปลากินอีก" ชูใจพูดก่อนจะแยกกันเข้าบ้าน

ศัพท์และวลีในบทอ่าน

กีดขวาง	障碍，阻碍	หลอดไฟ	灯泡
โทรทัศน์	电视	มวย	拳术，拳击
การ์ตูน	动画，卡通	เหตุการณ์	事件
หม้อหุงข้าว	饭锅	ล้วน	都……
สว่างจ้า	明亮	ระมัดระวัง	小心翼翼
แตะ	轻碰	หุ้ม	包，裹
หมู่บ้าน	村子	โรงไฟฟ้า	发电厂
ปล่อย	放	นิ่ง	静止，不动
เพิ่มเติม	增加，补充	นกเอี้ยง	一种类似八哥的鸟
นกยูง	孔雀		
ว่าว	风筝	ข้าวหลาม	竹筒糯米饭
กังหัน	风车	ด้าม(มีด)	（刀）把
กาฝาก	寄生植物	กล้วยไม้	兰花
เข็ด	（有过教训而）害怕	ดิ้น	挣扎
		ปลาช่อน	黑鱼
ปลาหมอ	非洲鲫鱼	ปลาดุก	鲇鱼
คู	沟	ลึก	深
กบ	蛙	เต่า	龟
ไหม้	着火；烧焦	ไฟไหม้ป่า	森林火灾，森林大火

บทที่ ๑๐ ยานพาหนะที่กรุงเทพฯ

รูปประโยคและการใช้คำ

๑. ....คนละ....(กัน)   除了表示"每人……"、"一人……",如 เรามีนาฬิกาคนละเรือน, อาจารย์ให้เราเล่าคนละเรื่อง, ช่วยกันคนละไม้คนละมือ 等外,还有两种或两种以上东西各不相同的意思。翻译成汉语时,可用"不是同一个……"、"是不同的……"、"……不同"或"各是各的……"等。

ตัวอย่าง   อย่าเถียงกันเลย (เรื่องที่เธอพูดกับเรื่องที่เขี่ยงพูด)มันคนละเรื่องกัน
มันคนละสมัยแล้ว ท่านไม่มีวันจะเข้าใจเราได้หรอก

แบบฝึกหัด ๑   จงอ่านและแปลประโยคต่อไปนี้ให้เป็นภาษาจีน (朗读并翻译下列句子。)

๑) เขาเป็นนักเรียนรุ่นเดียวกัน แต่อยู่คนละห้อง
๒) ปัญหาของเธอกับของฉัน มันคนละปัญหากันไม่ใช่หรือ
๓) สมัยของรุ่นพ่อกับสมัยรุ่นเราคนละสมัยกัน
๔) คนที่มาทักเมื่อกี้กับคนที่เราพูดถึงชื่อเดียวกันก็จริง แต่คนละคนกันไม่ใช่คนเดียว
๕) กุหลาบชนิดนี้กับชนิดนั้นเป็นกุหลาบคนละพันธุ์
๖) กับข้าวเหล่านี้คนละรส แต่อร่อยทั้งนั้น
๗) วิดีโอเทปตลับนี้เคยดูแล้วไม่ใช่หรือ
 - ยัง มันคนละตลับกับที่เคยดู
๘) พจนานุกรม ๒ ฉบับนี้เหมือนกัน แต่พิมพ์คนละครั้ง

แบบฝึกหัด ๒   จงใช้คำว่า"....คนละ....(กัน)"แต่งประโยคมาให้ดู ๓ ประโยค（用"....คนละ....(กัน)"造三个句子。）

๒.....**คือ**....   **คือ**用于指明实事、下定义、作介绍或作进一步阐述。它与第一册第十三课中学的"**เป็น**"用法不同。有些句子既可用"**เป็น**"又可用"**คือ**"，但是含义不同。

ตัวอย่าง
๑) - ปากกาเป็นเครื่องเขียน（判断、归类）
   - เครื่องเขียนคือสิ่งที่ใช้ในการเขียน เช่นปากกา ดินสอ กระดาษ น้ำหมึก ฯลฯ（下定义、阐述）

๒) - สุนัข นก ปลา....เป็นสัตว์（判断、归类）
   - สัตว์คือสิ่งที่มีชีวิต ส่วนมากมีความรู้สึกและเคลื่อนไหวย้ายที่ไปได้เอง เช่นสุนัข นก ปลา ฯลฯ（下定义、阐述）

๓) - กรุงเทพฯเป็นเมืองหลวงของประเทศไทย（等同、说明）
   - เมืองหลวงของประเทศไทยคือกรุงเทพฯ（指明事实、作介绍）

๔) - เวลาเป็นสิ่งที่มีค่าที่สุด（说明属性）
   - สิ่งที่มีค่าที่สุดคือเวลา（指明事实、作介绍）

๕) - คำว่า"เสีย"เป็นคำที่มีหลายความหมาย（说明属性）
   - ความหมายของคำว่า"เสีย"ในประโยคนี้คือ"ตาย"（指明事实）

๖) - ท่านเป็นคณบดี（说明职务）
   - ท่านคือคนที่จะกล่าวคำรายงานในวันนี้（指明事实、作介绍）

๗) - อาหาร ที่อยู่อาศัย เครื่องนุ่งห่ม และยารักษาโรคเป็นสิ่งที่ทุกคนจะขาดเสียมิได้（说明属性）
   - สิ่งที่ทุกคนจะขาดเสียมิได้คือ อาหาร ที่อยู่อาศัย เครื่องนุ่งห่ม และยารักษาโรค（指明事实、作介绍）

๘) - สมัครเป็นชื่อของชายหนุ่มคนนั้น（说明属性）
   - ชื่อของชายหนุ่มคนนั้นคือสมัคร（指明事实、作介绍）

๙) - ดีพาร์ทเมนต์สโตร์เป็นร้านใหญ่ชนิดหนึ่ง（说明属性）

บทที่ ๑๐   ยานพาหนะที่กรุงเทพฯ

- ดีพาร์ทเมนต์สโตร์คือร้านใหญ่ที่ขายของนานาชนิด (作介绍)

๑๐)- ใครเป็นผู้เขียน (判断)

- เขาเป็นผู้เขียน (判断)

- เขาเป็นนักเขียน (归类)

- เขาเป็นผู้หญิง (归类)

- เขาเป็นคนเก่ง (属性)

- เขาคือผู้เขียน (指明事实)

- ผู้เขียนคือเขา (指明事实)

แบบฝึกหัด ๑   จงใช้คำว่า "เป็น" หรือ "คือ" เติมลงในช่องว่างให้ถูกต้อง (用 "เป็น" 或 "คือ" 正确填入下列句子中。)

๑) ประสิทธิ์_____คนขยัน

๒) นี่แหละ_____ปัญหา

๓) หนังสือเล่มนี้_____หนังสือที่ออกใหม่

๔) เขา_____คนที่ฉันอยากพบมาก

๕) วิชาที่นักศึกษาต้องเรียนทุกคน_____วิชาการเมืองและวิชาพลศึกษา

๖) พ่อฉัน_____วิศวกร

๗) ตัวเอกในเรื่องนี้_____ผู้เขียนเอง

๘) ประเทศจีน_____ประเทศกำลังพัฒนา

แบบฝึกหัด ๒   จงแปลประโยคต่อไปนี้ให้เป็นภาษาไทย (将下列句子译成泰语。)

1. 她是泰国人。
2. 她是一位很值得钦佩(นับถือ)的人。
3. 他就是我常常说到的学生。
4. 他的问题是不用功。
5. 不用功是他的大问题。

6. 他是我们专业的体育委员。
7. 我们专业的体育委员是他。
8. "นับถือ"是动词还是形容词？

สนทนา　(คุยกันระหว่างเพื่อนนักศึกษา)

- คนที่กำลังพูดอยู่นั้นเป็นใคร
- อธิการบดีของมหาวิทยาลัยเราไงล่ะ
- ท่านเป็นอธิการบดีมานานแล้วหรือ
- (เป็นมา)ไม่นานนักหรอก
- รองอธิการบดีคนใหม่คือคนที่นั่งขวามือท่านอธิการบดีใช่ไหม
- ไม่ใช่ คนที่นั่งซ้ายมือ คือคนที่สวมแว่นนั่นแหละ
- ท่านคงเป็นนักการศึกษาสินะ
- เขาว่าท่านเป็นนักการศึกษาด้วยนักวิชาการด้วย

๓. (เพราะ)....(ดังนั้น)....จึง....　　相当于汉语中的"（因为、由于）……因此（所以）（才）……"。要注意，口语中汉语习惯只用"因此"或"所以"，而泰语则习惯只用"จึง"。

ตัวอย่าง　เราไม่รู้ (เรา)จึงไม่ได้ไป
　　　　　　เขาขยัน จึงเรียนดี

แบบฝึกหัด　จงใช้คำที่ให้ไว้แต่งประโยคตามตัวอย่าง（用所给短语仿照例句造句。）

๑) เมื่อคืนนอนดึก, เขาตื่นสาย
๒) เขาหัดออกเสียงทุกวัน, เขาออกเสียงดี
๓) เขาออกกำลังกายทุกวัน, ร่างกายของเขาแข็งแรงดี
๔) เขาออกเสียงเพี้ยนมาก, เราฟังไม่ค่อยรู้เรื่อง
๕) เราไม่ได้พบกันมานาน, วันนี้เจอกันรู้สึกดีใจมาก

๖) จักรยานเสีย, ฉันมาสาย
๗) เขาไม่ระวัง, เขาป่วยลง
๘) เขาหัดพูดหลายครั้ง เขาพูดคล่อง

สนทนา (คุยกันระหว่างหลี่เวย์กับหวางหง)

หลี่เวย์ น้องของหงจบมัธยมปีนี้ใช่ไหม
หวางหง ใช่
หลี่เวย์ เขาจะเรียนอะไร
หวางหง อยากเรียนภาษาต่างประเทศ หงจึงแนะนำให้เขาสมัครเข้าแผนกวิชาภาษาและวรรณคดีอังกฤษ
หลี่เวย์ ทำไมไม่แนะนำให้เรียนภาษาไทยบ้างล่ะ
หวางหง ก็หงเรียนภาษาไทยอยู่แล้วไงล่ะ จึงอยากให้น้องเรียนภาษาอื่น

บทสนทนา

๑

(คุยกันระหว่างหยางลี่กับนิตยา)

นิตยา ลี่ เมื่อวานหายไปไหน พี่โทร.ไปหา ไม่มีคนรับสายเลย
หยางลี่ ลี่ไปบ้านของน้า น้าพึ่งกลับจากต่างประเทศ
นิตยา บ้านของน้าอยู่ไกลไหม
หยางลี่ ไม่ไกลนัก เอ๊ะ บ้านพี่นิดที่กรุงเทพฯไกลจากจุฬาฯมากไหม
นิตยา ไกลมาก บ้านพี่อยู่แถวพุทธมณฑล ทุกวันพี่จะออกจากบ้านแต่เช้ามืดเลย
หยางลี่ เวลาไปมหาวิทยาลัย พี่นิดไปรถเมล์หรือรถอะไร
นิตยา พี่ไปรถเมล์ โชคดีที่ต่อรถครั้งเดียวก็ถึง ไม่งั้นแย่เลย
หยางลี่ เขาว่ากรุงเทพฯมีรถไฟฟ้าและรถไฟใต้ดินใช้แล้วไม่ใช่หรือ
นิตยา ใช่ แต่รถไฟฟ้าและรถไฟใต้ดินยังไปไม่ถึงเขตที่พี่อยู่

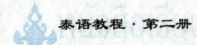

หยางลี่	รถไฟฟ้าที่กรุงเทพฯเหมือนรถไฟฟ้าที่นี่ไหม
นิตยา	คนละเรื่อง รถไฟฟ้าที่กรุงเทพฯเป็นรถไฟที่วิ่งด้วยพลังงานไฟฟ้ามากกว่า ทางรถก็เป็นทางยกระดับ บางคนล้อเล่นกันว่ารถไฟฟ้าที่กรุงเทพฯคือรถไฟ-ฟ้านั่นเอง และคนกรุงเทพฯ ก็นิยมเรียกว่า BTS
หยางลี่	ค่าโดยสารรถที่กรุงเทพฯแพงไหม
นิตยา	รถไฟฟ้าแพง ส่วนรถเมล์ธรรมดานั้นไม่แพง ๗ บาทตลอดสาย แต่ป.อ.แพงอยู่หน่อย
หยางลี่	ป.อ.คืออะไร
นิตยา	ป.อ. คือรถเมล์ปรับอากาศ ป.อ.จะเก็บค่าโดยสารตามระยะทาง แต่คนใช้ป.อ.ก็มากเหมือนกัน เพราะอากาศเมืองไทยร้อน
หยางลี่	นิสิตนักศึกษาส่วนใหญ่อาศัยรถชนิดไหน
นิตยา	รถเมล์ธรรมดาหรือป.อ.มากกว่า คนที่บ้านอยู่ใกล้เส้นทางรถไฟฟ้าหรือรถไฟใต้ดินอาศัยรถสองชนิดนี้ก็มีมากเหมือนกัน เพราะรวดเร็ว ประหยัดเวลา คนที่ฐานะดีหน่อย นั่งแท็กซี่หรือขับรถเองก็มีเหมือนกัน
หยางลี่	กรุงเทพฯรถติดมากไหม
นิตยา	อ้อ ติดเป็นที่หนึ่งเลย ตอนเช้าๆ เวลาไปเรียนยิ่งติดใหญ่ ก็เพราะเหตุนี้เอง พี่จึงจำเป็นต้องออกจากบ้านแต่เช้ามืดทุกวัน ไม่งั้นไปมหาวิทยาลัยไม่ทัน
หยางลี่	เขาว่าที่กรุงเทพฯมีทางด่วนหลายสายไม่ใช่หรือ
นิตยา	ทางด่วนที่กรุงเทพฯช่วยบรรเทาปัญหารถติดมาก แต่ขึ้นทางด่วนแต่ละครั้งต้องเสียค่าใช้ทางด่วน ๔๐ บาท ไม่เหมือนหวนลู่(ทางรอบเมือง)ในกรุงปักกิ่ง
หยางลี่	เออ คุยกันไปนาน ว่าแต่ว่าเมื่อวานพี่โทร.ไปหาลี่มีธุระอะไรหรือเปล่า
นิตยา	ที่จริงก็ไม่มีธุระอะไร อยากจะชวนคุยกันหน่อยเท่านั้นเอง

ข้อสังเกต

๑.เมื่อวาน<u>หายไปไหน</u>

หายไปไหน 本册第二课中已经出现过, 是泰语的习惯说法, 口语中常用,

บทที่ ๑๐　ยานพาหนะที่กรุงเทพฯ

意思是"（某某）上哪儿了（怎么见不着了）？"。也可以用于物品，意思是"东西哪儿去了（怎么找不着了）？"。如：

　　　　　เมื่อวานเธอหายไปไหน เราหาตั้งนานก็ไม่เห็น
　　　　　เล็กหายไปไหน รถจะออกแล้ว
　　　　　กุญแจห้องของฉันหายไปไหน เมื่อกี้ยังอยู่ในกระเป๋านี่
　　　　　หนังสือของฉันหายไปไหนไม่รู้ ใครเห็นบ้าง

๒. ทุกวันพี่ต้องออกจากบ้าน<u>แต่</u>เช้ามืดเลย

　　此处的แต่是ตั้งแต่的意思。แต่常常连接一个时间词或表示处所的词去修饰前面的谓语。如：

　　　　　เรารู้ข่าวนี้แต่เมื่อวานซืน
　　　　　　　（前天就知道这个消息了。）
　　　　　มาแต่วันหน่อยนะ จะได้ทันรถออก
　　　　　　　（早一点来啊，好赶得上车。）
　　　　　เขาวิ่งมาแต่ไกล
　　　　　　　（他从老远跑来。）

๓. โชคดี<u>ที่</u>ต่อรถครั้งเดียวก็ถึง ไม่งั้นแย่เลย

　　这句话里的ที่是连接一个说明原因的短语去修饰前面的谓语"โชคดี"，说明为什么感到"โชคดี"。

๔. รถไฟฟ้าที่กรุงเทพฯเป็นรถไฟที่วิ่งด้วยพลังงานไฟฟ้า<u>มากกว่า</u>

　　这句话的意思是"曼谷的电车其实是用电作动力的火车"或"曼谷的电车不如说是用电作动力的火车"。มากกว่า不必直译为"更多"、"更好"之类。

๕. คนกรุงเทพฯ<u>นิยม</u>เรียกว่า BTS

　　此处的 นิยม 是喜欢、习惯、流行的意思，整句的意思是："曼谷人习惯叫它 BTS"。其他例子如：

　　　　　วันเกิดคนไทยนิยมส่งช่อดอกไม้ไหม
　　　　　สมัยนี้คนเขาไม่ค่อยนิยมสวมชุดจงซานแล้ว

๖. คนที่<u>ฐานะ</u>ดีหน่อย นั่งแท็กซี่หรือขับรถเองก็มีเหมือนกัน

ฐานะ 指地位，既可指社会地位，也可指经济条件。此处是指经济条件。整句话的意思是："也有些经济条件好一点的人，坐出租车或者自己开车（去学校）。"

๗. ติด<u>เป็นที่หนึ่ง</u>เลย ตอนเช้า ๆ เวลาไปเรียน<u>ยิ่ง</u>ติด<u>ใหญ่</u>

๑) ....เป็นที่หนึ่ง 第一。ติดเป็นที่หนึ่งเลย 是个夸张的说法，可以直译为："曼谷堵车天下第一"，也可以意译为："车堵得不得了"，"车堵死了"。

๒) ยิ่ง....ใหญ่ 中的....ใหญ่ 是มาก 的意思。如：

เมื่อได้ข่าวว่าเขาสอบได้เป็นที่หนึ่ง เขาชอบใจใหญ่

เห็นเอาความลับของเขาไปเปิดเผย เขาโกรธใหญ่เลย

ยิ่ง....ใหญ่ 是副词，意思是"更加……"、"越发……"。其他例子如：

ทุกคนคาดว่า การประกวดครั้งนี้ห้องเราอาจจะได้รางวัลสักอย่าง เมื่อเขาประกาศว่าเราได้รางวัลที่หนึ่ง ทุกคนยิ่งดีใจกันใหญ่

เขาทำผิดแล้วแต่ไม่ยอมรับผิด ทำให้เรายิ่งโกรธใหญ่

๘. <u>เออ</u> คุยกันไปนาน <u>ว่าแต่ว่า</u>เมื่อวานพี่โทร.ไปหาลี่มีธุระอะไรหรือเปล่า

"เออ" 是叹词，在这句话里是表示想起要说或要问的话来了。

"ว่าแต่ว่า" 在这句话里的意思是"（聊了很久了，）来说说……"，或"(别的不说了)，只说说……"。

แบบฝึกหัด

๑. จงจับคู่สนทนากันตามบทสนทนา

๒. จงตอบคำถามต่อไปนี้

๑) หยางลี่ไปบ้านของน้าทำไม

๒) บ้านน้าของหยางลี่ไกลจากมหาวิทยาลัยไหม

๓) ตอนที่เรียนหนังสือในกรุงเทพฯ ทำไมนิตยาต้องออกจากบ้านแต่เช้ามืดทุกวัน
๔) ยานพาหนะที่กรุงเทพฯมีอะไรบ้าง
๕) รถไฟฟ้าที่กรุงเทพฯคล้ายรถอะไรที่ปักกิ่ง
๖) การคิดค่าโดยสารรถเมล์ที่กรุงเทพฯกับที่ปักกิ่งเหมือนหรือต่างกันอย่างไร
๗) เวลาไปเรียนนิสิตนักศึกษาไทยใช้รถชนิดไหนมากที่สุด เพราะอะไร
๘) เขาว่าทางหวนลู่รอบที่ ๒ ถึงรอบที่ ๕ ที่ปักกิ่งเป็นกึ่งทางด่วน เขาเก็บค่าใช้ทางไหม และถ้าเป็นทางด่วนจริง ๆ ล่ะ เก็บไหม
๙) ที่ปักกิ่งรถติดมากไหม
๑๐) ลองเล่าให้ฟังดูว่า ที่ปักกิ่งมียานพาหนะอะไรบ้าง และเปรียบเทียบกับยานพาหนะที่กรุงเทพฯดูว่าอะไรเหมือนและอะไรต่างกัน

๓. จงแปลประโยคภาษาจีนต่อไปนี้เป็นภาษาไทย

1. 中国人习惯喝茶，西方人习惯喝咖啡。
2. 她常常一清早就起来背生词。
3. 这支笔是妈妈送给我的礼物(ของขวัญ)。
4. 我最珍爱(หวงรัก)的东西就是这支笔。
5. 她最用功，所以常考第一。
6. 他俩是好朋友，所以上哪儿他俩总是一起去。
7. -你说的事和他昨天说的事是同一件事吗？
   -不，两码事。
8. 这里的ที่和上一课学的ที่是两个不同的词。

ศัพท์และวลี

ยานพาหนะ	交通工具	คนละไม้คนละมือ	一人（帮）一
เถียง	争论		点儿（忙），
สมัย	时代		大家（都）出
ไม่มีวัน....	永远也不……		点儿力

รุ่น	届，辈	เดียวกัน	同一的
กุหลาบ	玫瑰	พันธุ์	品种
วิดีโอเทป	录像带	ตลับ	盒
พิมพ์	印刷；出版	คือ	是，即
น้ำหมึก	墨水	สุนัข	狗
นก	鸟	สัตว์	动物
ชีวิต	生命	ความรู้สึก	感觉
เคลื่อนไหว	活动	ย้ายที่	搬动，挪动
เมืองหลวง	首都	คณบดี(คะ-นะ-บอ-ดี)	院长
กล่าว	讲，说……		
รายงาน	报告，汇报	คำรายงาน	报告
ที่อยู่อาศัย	住处	เครื่องนุ่งห่ม	衣服，服装
ยารักษาโรค	药品	หนุ่ม	小伙子
นานา	种种，各种各样	ผู้เขียน	作者
		นักเขียน	作家
ตัวเอก	主角	พัฒนา(พัด-ทะ-)	发展
ประเทศกำลังพัฒนา	发展中国家	นับถือ	钦佩
รอง	副的，其次的	อธิการบดี(อะ-ทิ-การ-บอ-ดี)	（大学）校长
การศึกษา	教育	นักการศึกษา	教育家
วิชาการ	学术	นักวิชาการ	学者
แนะนำ	介绍	สมัคร	自愿；报名
วรรณคดี(วัน-นะ-คะ-ดี)	文学	พึ่ง	=เพิ่ง 刚
โชคดี	幸好，运气好	พุทธมณฑล(พุด-ทะ-)	佛城（地名）
รถไฟฟ้า	（曼谷的）高架铁路，捷运，城铁	เขต	地区
		คนละเรื่อง	两码事
		พลังงาน	动力

บทที่ ๑๐   ยานพาหนะที่กรุงเทพฯ

ทางรถ	车道	ระดับ	水平
ทางยกระดับ	高架路	ล้อเล่น	逗着玩
ป.อ.	= รถเมย์ปรับอากาศ 空调车	อาศัย	依靠，借助
		เส้นทาง	线路
รวดเร็ว	迅速	ฐานะ	地位，身份
ติด	堵	รถติด	堵车
เหตุ	原因	เพราะเหตุนี้เอง	正因为如此, 正是这个原因
ไม่งั้น	不然的话		
ทางด่วน	高速公路	บรรเทา	减轻
กุญแจ	锁；钥匙	วันเกิด	生日
ช่อ(ดอกไม้)	（花）束	ชอบใจ	喜欢，满意
เปิดเผย	公开　高兴	โกรธ	生气
คาด	预料，推测	ประกาศ	宣布
ยอมรับ	承认	กึ่ง	半
เปรียบเทียบ	比较	หวงรัก	珍爱

บทอ่านประกอบ

(๑)

มานะและมานีกลับจากโรงเรียนมาช่วยพ่อแม่ทำงานบ้าน มานะช่วยพ่อทำสวนครัว มานีช่วยแม่กวาดบ้าน ถูบ้าน และทำกับข้าว แม่ใช้มานีต้มน้ำไว้ดื่ม มานีมัวทำงานเพลิน น้ำในกาเดือด ไอน้ำดันฝากามีเสียงดังอยู่นาน จนแม่ต้องร้องเตือน

เวลาใกล้จะค่ำ มานียืนที่หน้าต่างดูพระจันทร์กำลังขึ้นทางทิศตะวันออก มานีเฝ้าดูดวงจันทร์ตั้งแต่เริ่มขึ้นจนเต็มดวง ตอนที่ดวงจันทร์เพิ่งขึ้นจากขอบฟ้า แสงไม่จ้า และดูเหมือนดวงจะโตกว่าเมื่อขึ้นมาอยู่กลางท้องฟ้า มานีสงสัยอยากรู้เรื่องเกี่ยวกับดวงจันทร์ จึงไปนอนหนุนหมอนดูที่นอกชาน

เมื่อพ่อแม่และมานะเสร็จงานแล้วก็มานั่งคุยกันข้าง ๆ มานี มานีถามพ่อว่าบน

149

ดวงจันทร์มีกระต่ายเหมือนในนิทานไหม และถามแม่ว่าดวงจันทร์มีแหวนทองแดงจริงไหม พ่อและแม่บอกว่าไม่มี มานะจึงบอกมานีว่า เขาอ่านหนังสือในห้องสมุดโรงเรียนรู้ว่า บนดวงจันทร์ไม่มีสิ่งมีชีวิต เพราะไม่มีอากาศหายใจ มีแต่ภูเขาและเหวลึก โลกอยู่ห่างจากดวงจันทร์มาก จึงเห็นเหวลึกเป็นเงาดำๆ บางคนเห็นเป็นกระต่ายบ้างก็ว่าเป็นคน แล้วนำมาแต่งเป็นเพลงและนิทาน

วันนั้นพระจันทร์เต็มดวง มานีมองเห็นดาวอยู่น้อยมาก จึงถามพ่อว่าดาวหายไปไหน พ่อบอกว่าดาวไม่ได้หายไปไหน แต่แสงจันทร์สว่างกว่าแสงดาว จึงมองไม่เห็นดาวบางดวง มานีคิดในใจว่าคงจะเหมือนกลางวันที่มองไม่เห็นดวงจันทร์และดาว เพราะแสงอาทิตย์สว่างมาก ถ้าแสงจันทร์สว่างเหมือนแสงอาทิตย์ คงจะไม่ต้องใช้ไฟฟ้า มานีกำลังคิดเพลินอยู่ พอดีมีเมฆก้อนใหญ่ลอยมาบังดวงจันทร์จนมืดหมด มานีไม่ชอบใจ จึงพูดว่า

"มานีไม่ชอบเมฆเลย เมฆมาบังแสงจันทร์สวยๆ จนมืดหมด"

"ถ้าไม่มีก้อนเมฆก็ไม่มีฝน และถ้าไม่มีฝนแล้ว ชาวนาก็ไม่มีน้ำทำนา" มานะพูด

"แต่ถ้าฝนตกมากๆ น้ำท่วม ข้าวก็ตายหมด" มานีบอก แล้วพูดต่อไปว่า

"ทำไมฤดูฝนจึงนานนัก มานีเห็นฝนตกตั้งแต่เดือนพฤษภาคมถึงเดือนนี้ ซึ่งเป็นเดือนพฤศจิกายนแล้ว ก็ยังมีฝนตกอีก"

"ในฤดูร้อนหรือฤดูหนาวก็มีฝนตกได้เหมือนกัน เช่นเดือนเมษายนหรือเดือนกุมภาพันธ์ แต่ไม่เรียกว่าฤดูฝน" พ่อตอบ

ลมเริ่มพัดแรงขึ้น เมฆสีดำลอยต่ำเต็มท้องฟ้า มีหยดน้ำฝนตกลงมา พ่อบอกให้ทุกคนรีบเข้าไปข้างใน เมื่อคุยกันต่อไปอีกเล็กน้อย มานีก็หาวนอน แม่จึงบอกให้ไปนอน

(๒)

ก่อนชั่วโมงสุดท้าย ครูไพลินให้นักเรียนคัดคำยากจากบทเรียนลงในสมุดแบบฝึกหัด ให้ขีดเส้นคั่นหน้ากระดาษ และเขียนวันที่ตรงบรรทัดบน ครูไพลินคัดคำบางคำเป็นตัวอย่าง ปิติกระซิบบอกสมคิดว่า เขาจะรีบคัดให้เสร็จเร็วๆ เพื่อจะได้เตรียมตัวไปปลูกต้นไม้ตามที่ครูนัดไว้

ตามตารางสอนวันนี้ ชั่วโมงสุดท้ายครูไพลินนัดปลูกต้นไม้ดอกไม้ในโรงเรียน

นักเรียนแทบทุกคนเตรียมเมล็ดผลไม้และดอกไม้ บางคนนำต้นไม้เล็ก ๆ มาด้วย ปีติให้สมคิดเดาว่าเขาเตรียมเม็ดอะไรมา สมคิดเดาถูกว่าเม็ดมะม่วง เพราะปีติเคยบอกว่าชอบกินมะม่วงและคิดจะปลูกมะม่วงในวัด

พอนักเรียนคัดเสร็จและส่งสมุดแบบฝึกหัดไว้บนโต๊ะครูเรียบร้อยแล้ว ครูไพลินจึงถามนักเรียนว่าใครจะปลูกอะไร นักเรียนชายหลายคนบอกว่าจะปลูกมะขาม มะพร้าว มะม่วง ขนุน บางคนว่าจะปลูกนุ่น นักเรียนหญิงค้านว่า ควรปลูกดอกไม้ เพราะเวลาดอกไม้บาน โรงเรียนจะดูสวยงานดี แต่ปีติเห็นว่า ปลูกมะม่วงดีกว่า เพราะอาศัยร่มเงาเล่นตอนพักกลางวัน เมื่อมีลูกก็เอามากินหรือขายได้

ครูไพลินปล่อยให้นักเรียนคุยกันเรื่องต้นไม้สักครู่หนึ่ง แล้วบอกนักเรียนว่าปลูกอะไรก็มีประโยชน์ทั้งสิ้น จึงให้นักเรียนช่วยกันปลูกตามแนวถนน ในกระถาง และตามริมรั้ว ส่วนเมล็ดที่นักเรียนนำมา ต้องเพาะเป็นต้นเสียก่อน จึงจะนำไปปลูกได้

ก่อนออกจากห้องเรียน ครูไพลินสั่งให้ทุกคนเก็บดินสอ ยางลบ ไม้บรรทัด และหนังสือให้เรียบร้อย แล้วเตือนให้ระวังอันตรายจากการใช้จอบเสียม และสัตว์ที่มีพิษต่าง ๆ เช่นตะขาบ งู

"ฉันจะใส่ปุ๋ยต้นมะม่วงของฉันให้มาก ๆ มันจะได้โตเร็วๆ " ปีติพูดกับชูใจ ชูใจค้านว่า "ฉันว่าไม่จริง ใส่ปุ๋ยมาก ๆ บางทีต้นไม้ก็ไม่โตและอาจจะตายก็ได้ ต้องใส่ให้พอเหมาะจึงจะดี"

ครูไพลินเห็นนักเรียนปลูกเสร็จแล้ว จึงให้หากิ่งไม้มาคลุมเพื่อบังแดด แล้วสั่งให้ทุกคนไปล้างมือให้สะอาด ถูดินที่ติดตามซอกเล็บออกให้หมด และระวังอย่าให้น้ำเปื้อนเสื้อผ้า เมื่อนักเรียนล้างมือเรียบร้อยแล้ว ต่างก็มายืนดูต้นไม้ที่ตนปลูก ครูไพลินจึงอธิบายเพิ่มเติมว่า ประเทศของเรามีดินดีเหมาะแก่การปลูกพืชมาก ทำให้เรามีผลไม้หลายชนิดและมีกินตลอดปี แต่เราต้องรู้จักรักษาดินให้ดีอยู่เสมอ

พอหมดเวลา ครูไพลินก็ปล่อยให้นักเรียนกลับบ้าน

ศัพท์และวลีในบทอ่าน

สวนครัว	家庭菜园	เพลิน	入神，津津有味
มัว....เพลิน	（干得）出神		
ไอน้ำ	蒸汽	ดัน	推，顶
ฝา	盖子	กา	壶
เฝ้าดู	守着看，盯着看	ดวงจันทร์	月亮
		เต็มดวง	满月
ขอบฟ้า	天际	จ้า	（光线）强烈
ดวง	（圆形物的量词）	เกี่ยวกับ	关于
		หมอน	枕头
หนุนหมอน	枕着枕头	นอกชาน	凉台
กระต่าย	兔子	นิทาน	故事
แหวน	戒指	เหว	山沟
โลก	地球	เงา	影子
แต่ง	编，造	ดาว	星星
ท่วม	淹	หยด	滴
หาวนอน	打哈欠	คัด	挑出
ขีด	划	เส้น	线
คั่น	间隔，分隔	กระซิบ	耳语
แทบ	几乎	เมล็ด	籽，种子
เดา	猜	เม็ด	籽；粒
....เรียบร้อย	……妥了	มะขาม	酸角
ขนุน	菠萝蜜	นุ่น	木棉
บาน	开花	แนว	行，列
กระถาง	(花)盆	เพาะ	培育
เพาะเป็นต้น	育成苗	ยางลบ	橡皮
ไม้บรรทัด	尺子	ตะขาบ	蜈蚣

งู	蛇	ใส่	施，放（肥料）
ปุ๋ย	肥料	พอเหมาะ	正合适
คลุม	遮盖	ถู	擦，搓
ซอก	缝隙	เหมาะแก่....	适合......

บทที่ ๑๑ งานอดิเรก

รูปประโยคและการใช้คำ

๑. ....ตั้ง.... ตั้ง 后面连接一个数量短语或表示久、多之类的形容词，表示说话者认为数量多或时间长，与 "เพียง" 正相反。

ตัวอย่าง
อ่านตั้ง ๓ ชั่วโมงแล้ว ยังไม่ได้พัก
(试比较：อ่านเพียง ๑๐ นาที ก็บ่นว่าเหนื่อย)
รอตั้งนาน ยังไม่เห็นมา
(试比较：รอเพียง ๕ นาที เขาก็ถึง)
ซื้อตั้งโหล
(试比较：ซื้อเพียงตัวเดียว)

แบบฝึกหัด จงใช้คำที่ให้ไว้แต่งประโยคแสดงความรู้สึกมาก/น้อยเปรียบเทียบตามตัวอย่าง (用所给词语仿照例句造表示说话者感到 "多" 或 "少" 的句子。)

๑) ลง (๘ วิชา   ๒ วิชา)
๒) ไปเรียนต่างประเทศ (๓ ปี   ๓ เดือน)
๓) หาเขา (นาน   ไม่กี่นาที) พบ
๔) เดินไป (นาน   ไม่กี่ก้าว) ถึง
๕) เขียน (๑๐ หน้า   หน้าเดียว)
๖) เสียค่าอาหาร (๕๐ หยวน   ๕ หยวน)
๗) ทำงาน (๑๐ ชั่วโมง   ๔ ชั่วโมง)

บทที่ ๑๑   งานอดิเรก

๘) ลาป่วย (๑๐ วัน   ครึ่งวัน)
๙) อยู่ที่นั่น (๘ เดือน   อาทิตย์เดียว)
๑๐) ชั่วโมงหนึ่งพิมพ์ได้ (๒๐ หน้า   ๒ หน้า)

สนทนา   (คุยกันระหว่างแขกกับนักศึกษา)

แขก   มหาวิทยาลัยคุณมีกี่คณะคะ
นักศึกษา   ประมาณ ๒๙ – ๓๐ คณะครับ
แขก   มีตั้ง ๒๙ – ๓๐ คณะเชียวรึคะ
นักศึกษา   ครับ นอกจากนี้ ยังมีสถาบันวิจัยต่างๆ อีกเกือบร้อยสถาบัน

๒. ....(ก็)เลย....   เลย 用于合句的后一分句中，意义与จึง相似，表示第二分句中的情况是由第一分句所述情况而发生的。但是เลย不像จึง那样强调因与果，仅仅说明前面的情况自然地或理所当然地就会带来后面的结果，因此เลย一般不跟 เพราะ 或 ทำไม等连用。另外，เลย只用于口语，而且一般只出现在叙述句里，不用在问句中。

ตัวอย่าง   หมู่นี้ฝนตกบ่อย เลยไปไหนมาไหนไม่สะดวก
เมื่อวานเหนื่อยมาก วันนี้เลยตื่นสาย
เขาชอบกินเบียร์ เลยอ้วน

แบบฝึกหัด   จงอ่านและแปลประโยคต่อไปนี้ให้เป็นภาษาจีน（朗读并翻译下列句子。）

๑) รู้สึกปวดหัว เลยไม่ได้ไปดูหนังกับเขา
๒) มีตั๋วเหลืออยู่อีกใบหนึ่ง ก็เลยชวนเขาไปด้วย
๓) พอดีมีพจนานุกรมจีน-อังกฤษขาย ก็เลยซื้อมาให้
๔) อยากรู้ผลการสอบเร็วๆ เลยรีบไปหาอาจารย์
๕) เราไม่ได้พบกันเกือบ ๑๐ ปี เลยจำหน้าไม่ค่อยได้
๖) รถเมล์คนแน่นมาก ฉันเลยถีบจักรยานไปมาทุกวัน

๗) เขาออกเสียงเพี้ยนมาก เลยทำให้เราฟังไม่ค่อยรู้เรื่อง

๘) รถเสียกลางทาง เลยมาสาย

สนทนา (คุยกันระหว่างเพื่อนนักศึกษา)

- ไปไหนมา
- เข้าเมืองมา
- ซื้ออะไรมาเยอะแยะเชียว
- หนังสือ ไม่ได้ตั้งใจไปซื้อหนังสือหรอก เห็นเขามีหนังสือใหม่ขาย ก็เลยซื้อมาหลายเล่ม เอะ เห็นบอกว่าวันนี้จะไปเยี่ยมเพื่อนเก่าไม่ใช่หรือ ไปมาหรือยัง
- ไม่ได้ไป วันนี้ตื่นแล้วรู้สึกมึน ๆ เลยไม่ได้ไป

๓. ความ.... **ความ** 是使形容词或意义比较抽象的动词名词化的词头。

ตัวอย่าง

๑) วันนี้อากาศร้อน（形容词作谓语）

เขาชอบทานอาหารร้อน ๆ（形容词作定语）

ความร้อนทำให้โลหะขยายตัว（形容词名词化作主语）

๒) รูปนี้สวย（形容词作谓语）

หารูปสวย ๆ มาปิดไว้สักรูปท่าจะดี（形容词作定语）

ความสวยชวนให้เพลินตาเพลินใจ（形容词名词化作主语）

๓) ทำอย่างนี้ดี（形容词作谓语）

เขาชอบทำความดี（形容词名词化作宾语）

๔) เรื่องนี้ฉันรู้ดี（动词作谓语）

ความรู้ได้มาจากการปฏิบัติ（动词名词化作主语）

๕) เขาว่าเขาคิดถึงเธอบ่อย（动词作谓语）

ขอฝากความคิดถึงไปถึงเขาด้วย（动词名词化作宾语）

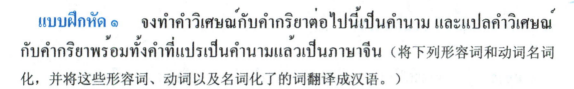

แบบฝึกหัด ๑ จงทำคำวิเศษณ์กับคำกริยาต่อไปนี้เป็นคำนาม และแปลคำวิเศษณ์กับคำกริยาพร้อมทั้งคำที่แปรเป็นคำนามแล้วเป็นภาษาจีน（将下列形容词和动词名词化，并将这些形容词、动词以及名词化了的词翻译成汉语。）

ดี ยาว พยายาม จริง ลำบาก ยาก เร็ว
รู้ คิด รู้สึก ก้าวหน้า ล้าหลัง รัก ตั้งใจ

แบบฝึกหัด ๒ จงแปลประโยคต่อไปนี้เป็นภาษาไทย

1. 我们不怕困难。
2. 幸福(สุข)来之不易。
3. 我不会忘记你对我的帮助(ช่วยเหลือ)。
4. 宽度够了，但是高度还不够。
5. 虚心(ถ่อมตัว)使人进步。
6. 看到他的进步我感到很高兴。
7. 知识是财富(สมบัติ)。
8. 事实总是(ย่อมเป็น)事实。
9. 我一定要把泰语学好，这是我的决心。
10. 她的勤奋使我很钦佩。

สนทนา (คุยกันระหว่างฉางเฉียงกับเหลียงอี้)

ฉางเฉียง สอบครั้งนี้อี้ได้เกรดดีมาก ขอแสดงความยินดีด้วย
เหลียงอี้ ต้องขอบคุณเขี่ยงด้วย เพราะอี้ได้รับความช่วยเหลือจากเขี่ยงบ่อย
ฉางเฉียง ขอบคงขอบคุณอะไรกัน ความจริง อี้สอบได้ดีก็เพราะความพยายามของอี้เองมากกว่า
เหลียงอี้ ต่อไปเราต้องช่วยเหลือซึ่งกันและกันให้มากกว่านี้นะ
ฉางเฉียง ใช่ เราควรช่วยเหลือซึ่งกันและกัน

๔. นอกจาก....แล้ว ยัง....(อีก)ด้วย   除了……（之外）还……。

ตัวอย่าง   นอกจากเรียนภาษาไทยแล้ว เรายังเรียนวิชาอื่นอีกหลายวิชาด้วย
นอกจากชอบวาดเขียนแล้ว เขายังชอบสะสมแสตมป์อีกด้วย

แบบฝึกหัด   จงเติมช่องว่างให้ได้ความตามตัวอย่าง（仿照例句填空。）

๑) นอกจาก....แล้ว เขายังรู้ภาษาญี่ปุ่นด้วย
๒) นอกจาก....แล้ว เรายังเรียนภาษาอังกฤษด้วย
๓) นอกจาก....แล้ว เธอยังรู้ภาษาอะไรอีกไหม
๔) นอกจาก....แล้ว เธอยังชอบอะไรอีกบ้าง
๕) นอกจาก....แล้ว เราต้องมีคุณธรรมด้วย
๖) นอกจาก....แล้ว บ่ายวันพุธยังว่างอีกตอนหนึ่ง
๗) นอกจาก....แล้ว อาจารย์ยังเอาใจใส่ชีวิตความเป็นอยู่ของเราอีกด้วย
๘) นอกจาก....แล้ว ร่างกายของเรายังแข็งแรงอีกด้วย

สนทนา   (คุยกันระหว่างนิตยากับหยางลี่)

นิตยา   ลี่ชอบงานอดิเรกอะไรบ้าง
หยางลี่   ลี่ชอบวาดเขียน
นิตยา   นอกจากวาดเขียนแล้ว ยังชอบอะไรอีกไหม
หยางลี่   นอกจากวาดเขียนแล้ว ลี่ชอบถ่ายรูปด้วย
นิตยา   รึ พี่ก็ชอบถ่ายรูปเหมือนกัน

บทสนทนา

(คุยกันระหว่างหยางลี่กับนิตยา)
หยางลี่   พี่นิด ใกล้วันชาติจีนแล้ว พี่ตั้งใจจะไปเที่ยวที่ไหนบ้างหรือเปล่า

158

บทที่ ๑๑ งานอดิเรก

นิตยา	วันชาติของจีนเขาหยุดกี่วัน
หยางลี่	๗ วัน
นิตยา	ตั้ง ๗ วันเชียวรึ แล้วลี่จะทำอะไรล่ะใน ๗ วันนี้
หยางลี่	ลี่ว่าจะกลับเซี่ยงไฮ้ แต่ยังไม่แน่ใจว่าจะซื้อตั๋วได้หรือเปล่า
นิตยา	ทำไมหรือ ทำไมซื้อตั๋วไม่ได้
หยางลี่	ก็ผู้คนพากันใช้ ๗ วันนี้ไปเที่ยวกัน ถ้าไม่ได้จองตั๋วล่วงหน้าแล้ว มีหวังจะซื้อตั๋วไม่ได้
นิตยา	คงเหมือนช่วงวันสงกรานต์ที่เมืองไทยเราไม่มีผิด แล้วนักศึกษาที่นี่เขาชอบทำอะไรบ้างในวันหยุดหลายวันนี้
หยางลี่	หลากหลาย ไปเที่ยวตามที่ต่าง ๆ กันก็มาก เพราะวันปกติไม่ค่อยมีเวลาไปเที่ยวที่ไกล ๆ แล้ว ๗ วันช่วงวันชาตินี้อากาศก็กำลังดีด้วย ไม่ร้อนไม่หนาวฝนไม่ค่อยตก จิตใจผู้คนสดชื่นเบิกบาน ใคร ๆ ก็เลยอยากออกไปเที่ยวกัน
นิตยา	ฟังลี่พูดแบบนี้ พี่ก็อยากไปเที่ยวกับเขาบ้างละ
หยางลี่	แต่บางคนใช้ช่วง ๗ วันนี้อ่านหนังสือหาความรู้ก็มี กลับไปเยี่ยมพ่อแม่ญาติพี่น้องก็มี
นิตยา	นี่ ลี่ พี่อยากรู้จริง ๆ ว่า นอกจากวันหยุดยาว ๆ อย่างวันชาติแล้ว ปกตินักศึกษาจีนชอบงานอดิเรกอะไรบ้าง
หยางลี่	ก็เยอะแยะไป อย่างเพื่อนนักศึกษาห้องของลี่ มีที่เป็นแฟนคอนเสิร์ต แฟนภาพยนตร์ แฟนลูกหนังก็มีด้วยนะ ห้องของลี่มีนักไวโอลินและนักเต้นดิสโก้ด้วย เออใช่ นักศึกษาบางคนชอบเล่นคอมฯ ว่างเมื่อไรก็ต้องอยู่หน้าจอทุกที
นิตยา	แล้วลี่ล่ะ ลี่ชอบอะไรมากที่สุด
หยางลี่	ตอนอยู่มัธยมลี่ชอบวาดเขียน แต่หลังจากเข้ามหาวิทยาลัยแล้ว ลี่มาชอบถ่ายรูป
นิตยา	รึ พี่ก็ชอบถ่ายรูปเหมือนกัน เมื่อไรให้พี่ไปชมฝีมือลี่หน่อยได้ไหม
หยางลี่	ไม่มีปัญหา แต่ลี่เล่นมายังไม่ถึงปี ยังอ่อนหัดอยู่
นิตยา	ไม่ต้องเกรงใจหรอกน่า
หยางลี่	พี่นิดยังไม่ได้เล่าให้ลี่ฟังว่า นักศึกษาไทยเขาใช้ชีวิตว่างจากการเรียนอย่างไร
นิตยา	ก็คล้าย ๆ กันกับที่นี่แหละ รู้สึกว่าแฟนคอนเสิร์ตกับแฟนหนังมากที่สุด

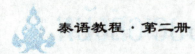

ตอนหลัง ๆ นี้ แฟนเนทก็มากเหมือนกัน คนเขาเลยเปิดร้านเนทรอบ ๆ มหาวิทยาลัยเต็มไปหมด แต่มีอย่างหนึ่งรู้สึกว่าคงชอบกันเกือบทุกคน

หยางลี่ อะไร

นิตยา ท่องเที่ยว

หยางลี่ ลักษณะสากลละมั้ง

ข้อสังเกต

๑. ก็ผู้คนพากันใช้ ๗ วันนี้ไปเที่ยวกัน ......
ก็เยอะแยะไป
ก็คล้าย ๆ กันกับที่นี่แหละ

๑)用在非起始句句首的 ก็ 起承上启下的作用，即接过别人的话或接过别人的问题，阐述自己的意见。同时也有强调自己所说的话的作用。又如：

- ให้เขาช่วยทำไม่ดีหรือ
- ก็เราทำเองได้จะไปรบกวนคนอื่นเขาทำไม

- ทำไมเธอไม่ห้ามเขาไว้ล่ะ
- ก็ฉันเตือนเขาไว้ก่อนหน้านี้หลายหนแล้ว

- เขาวาดได้สวยมากนะ
- ก็ฉันบอกแล้วไงว่า เขาเป็นนักวาดเขียนของห้องเรา

๒) ก็เยอะแยะไป 里的趋向动词ไป 含有“普遍”这种含义。以前学过的 เต็มไปหมด มีอยู่ทั่วไป 等中的ไป 也是这种含义。

๒. ห้องของลี่มีนักไวโอลินและนักเต้นดิสโกด้วย

นัก 在这里是前缀，与汉语中的“家”、“者”、“师”、“士”等后缀类似，但是“นัก”并不能与上述汉语中的某一个后缀词完全相对应，要看两种语言中这类前缀或后缀习惯与哪些词根结合。就“นัก”而言，它可加在名词或动词前，一般可以表示：

๑)有某种专门学识或某种专长的人。如：นักวิทยาศาสตร์ นักกฎหมาย นัก

การศึกษา นักวิชาการ นักดนตรี นักกีฬา等。

๒) 从事某种职业或具有某种身份的人。如：นักบิน นักร้อง นักการเมือง นักประพันธ์(นักเขียน) นักเรียน นักศึกษา นักรบ 等。

๓) 喜爱某种活动的人。如：นักท่องเที่ยง นักดื่ม 等。

๓. นักศึกษาบางคนชอบเล่นคอมฯ ว่างเมื่อไรก็ต้องอยู่หน้าจอทุกที

"....เมื่อไร ....ทุกที" "什么时候……，那时候就……"，或者"一到什么时候……总是……"的意思。这句活的意思是："有些学生喜欢玩电脑，一有空总是（必定是）在电脑屏幕前。"

๔. ลิ่มาชอบถ่ายรูป

这里的 มา 表示ถ่ายรูป是后来发生的事。又如：

เพิ่งมานิยมใช้ทับศัพท์กันในไม่กี่ปีนี้เอง

ก่อนนี้นึกว่าเราถูก มารู้ตัวก็สายไปแล้ว

๕. คนเขาเลยเปิดร้านเนทรอบ ๆ มหาวิทยาลัยเต็มไปหมด

คนเขา是泛指"人们"。

แบบฝึกหัด

๑. จงจับคู่หัดสนทนากันตามบทสนทนา

๒. จงตอบคำถามต่อไปนี้

๑) วันชาติหยุดกี่วัน หยางลี่ตั้งใจจะทำอะไรในช่วงนี้

๒) เพื่อน ๆ ในห้องของหยางลี่เขาทำอะไรบ้างในช่วงหยุดวันชาติ

๓) ทำไมผู้คนชอบไปท่องเที่ยวในช่วงหยุดวันชาติ

๔) นอกจากท่องเที่ยวแล้ว เขายังใช้เวลาช่วงนี้ทำอะไรกันบ้าง

๕) ลองเล่าให้ฟังดูว่า เธอชอบงานอดิเรกอะไรบ้าง

๖) เพื่อนนักศึกษาห้องเราใครชอบงานอดิเรกอะไรบ้าง

๗) แฟนเนทหมายความว่าอย่างไร เธอเป็นแฟนเนทด้วยหรือเปล่าและเล่นเนทกันที่ไหน
๘) ทุกคนจงเล่าให้ฟังดูว่า ช่วงหยุดวันชาติปีที่แล้วไปทำอะไรมาบ้าง

๓. จงแปลประโยคต่อไปนี้เป็นภาษาไทย

1. 我给他发了有十来封（电子）邮件了，可是他只给我回了两三封。
2. 我们等了他十来分钟了，他才来。
3. 我以为她已经回去了，所以没来送她。
4. 她也想来看你，所以我就请她一起来了。
5. 除了看书外，你还有别的爱好吗？
6. 她的业余爱好多得很，但最喜欢的是爬山(ไต่เขา)。
7. -你不是不喜欢跳舞吗？怎么今天也来了？
   -他们都来了，我也只得来了。
8. -你不是足球迷吗，怎么不去看今天的比赛？
   -我的票给了李明了，只得看电视了。

๘ ศัพท์และวลี

งานอดิเรก(-เหรก)	业余爱好	โหล	一打（12 个）
ก้าว	迈步；步	หน้า	页
พิมพ์	印，打印	สถาบัน	院，所
วิจัย	分析，研究	สถาบันวิจัย	研究所
เบียร์	啤酒	จำหน้า....ได้	认得或认出
ถีบ	蹬		（某人）
เยอะแยะ	多	โลหะ	金属
ขยายตัว	膨胀；增长	ชวน	引，吸引；邀请
เพลิน	愉悦	เพลินตาเพลินใจ	赏心悦目
ความรู้	知识	ปฏิบัติ	执行；遵守
การปฏิบัติ	实践	ก้าวหน้า	进步
ล้าหลัง	落后	รัก	爱

ความรัก	爱情	ตั้งใจ	决心
ช่วยเหลือ	帮助	สมบัติ(-บัด)	财富
ย่อม	必然	เกรด	等级
ยินดี	高兴；乐意	แสดงความยินดี	祝贺，表示
ซึ่งกันและกัน	互相		祝贺
สะสม	积累；收集	คุณธรรม(คุน-นะ-)	品德
ชีวิตความเป็นอยู่	生活	ถ่ายรูป	摄影
วันชาติ	国庆节	แน่ใจ	有把握，肯定
ปกติ(ปก-กะ-ติ)	= ปรกติ	จิตใจ	心情，精神
	平常	สดชื่น	舒畅，愉快
เบิกบาน	喜悦，愉快	แฟน....	……迷
คอนเสิร์ต	音乐会	ภาพยนตร์(พาบ-	
ลูกหนัง	皮球，足球	พะ-ยน)	电影
แฟนลูกหนัง	足球迷	ไวโอลิน	小提琴
เต้น	跳（动）；	ดิสโก	迪斯科
	搏动	คอมฯ	= คอมพิวเตอร์
จอ	屏幕		电脑
อ่อนหัด	稚嫩	ตอนหลัง ๆ	后来，近来
เนท	网络	ร้านเนท	网吧
ลักษณะ	性质	ก่อนหน้านี้	此前
นักวิทยาศาสตร์	科学家	นักกฎหมาย	法学家
นักดนตรี	音乐家	นักกีฬา	运动员
นักบิน	飞行员	นักร้อง	歌唱家
นักการเมือง	政治家	นักประพันธ์	= นักเขียน
นักรบ	战士	นักท่องเที่ยว	旅行家
นักดื่ม	酒鬼	ก่อนนี้	= ก่อนหน้านี้
รู้ตัว	发觉，觉察	เขา	山
ไต่เขา	爬山		

บทอ่านประกอบ

(๑)

วันหนึ่งในเดือนธันวาคม สมคิดไปหาปิติแต่เช้า พบพ่อของปิติที่ใต้ถุนบ้าน จึงถามหาปิติ พ่อของปิติกำลังจะไปนา จึงร้องบอกปิติและให้สมคิดขึ้นไปหาปิติที่บนบ้าน

ปิติดีใจที่สมคิดมาหา เพราะสมคิดเคยบอกว่า เขาอยากจะมาบ้านปิติและอยากรู้เรื่องการทำนา ปิติพาสมคิดขึ้นไปบนบ้าน สมคิดเห็นยายของปิติสวมแว่นตานั่งอ่านหนังสืออยู่ที่นอกชาน ยายอายุมากจนฟันหลุดหมดแล้ว สมคิดจึงกระซิบถามปิติว่า ยายไม่มีฟัน จะเคี้ยวอาหารได้อย่างไร ปิติตอบว่าใช้เหงือก แต่เคี้ยวไม่ละเอียด ก็ต้องกลืนลงไป จึงต้องหาอาหารอ่อนๆ ให้ แล้วพูดต่อไปว่า ฟันของเขาไม่ดีหลายซี่ พ่อต้องพาไปให้หมอถอนออก ถ้าถอนหมดทุกซี่ ก็คงไม่มีฟันเหมือนยาย หรือไม่ก็เหมือนน้องของเขา ซึ่งยังไม่มีฟันเลย

ปิติชวนสมคิดไปดูน้อง สมคิดดีใจที่เห็นน้องของปิติเพราะเขาไม่มีน้อง จึงเข้าไปนั่งดูใกล้แม่ของปิติที่นั่งไกวเปลอยู่ น้องนอนหลับอยู่ในเปล มีผ้าเช็ดตัวคลุมหัว ที่ไหล่ อก และลำตัวก็มีผ้าห่มคลุมเพื่อให้อบอุ่น แม่ถามสมคิดว่าชอบน้องไหม สมคิดตอบว่าชอบมาก เขาเห็นใบหน้าของน้องเล็กนิดเดียว จมูก ปาก คิ้ว คางก็เล็ก พอดีน้องตื่น แม่จึงอุ้มออกจากเปล แล้วเอานมให้น้องกิน สมคิดจับแขนขาของน้องดูและบอกว่าเนื้อตัวของน้องนุ่มนิ่มน่ารักจริง น้องกินนมแล้วก็หลับต่อไปอีก สมคิดพูดว่าน้องเลี้ยงง่ายดี กินแล้วก็นอน แม่บอกว่าเด็กเล็กๆ มีแต่กินกับนอน และต้องนอนพักผ่อนมากๆ จึงจะโตเร็ว ปิติและสมคิดนั่งคุยกันเบาๆ เพราะกลัวน้องจะตื่น

เมื่อดูน้องจนพอใจแล้ว ปิติก็พาสมคิดออกไปเที่ยวทุ่งนา อากาศกลางทุ่งนาสดชื่น เด็กทั้งสองเดินบ้างวิ่งบ้าง เหนื่อยก็หยุดพัก แล้วก็เดินต่อไปเรื่อยๆ สมคิดมัวดูนกเพลินไม่ได้ดูทาง จึงสะดุดก้อนดินล้มลง ปิติดึงแขนให้ลุกขึ้น แล้วถามว่าเจ็บไหม สมคิดปัดฝุ่นที่ขาและตอบว่า ไม่เป็นไร เจ็บที่แข้งนิดเดียว แล้วทั้งสองก็พากันเดินต่อไป

164

บทที่ ๑๑ งานอดิเรก

(๒)

ปิติพาสมคิดเดินเรื่อยไปจนถึงนาของเขา พบพ่อของปิติกำลังทำงานอยู่ พ่อถามสมคิดว่าเดินมาไกลเมื่อยไหม สมคิดบอกว่าไม่เมื่อย สนุกดี แต่พ่อคงเหนื่อยมาก พ่อของปิติพูดว่าชาวนาต้องทำงานหนัก ต้องออกจากบ้านตั้งแต่เช้าตรู่และทำงานอยู่กลางแดดตลอดวัน พ่อบอกให้ทั้งสองคนไปพักในร่ม แต่ทั้งสองคนอยากจะไปหาดินเหนียวมาปั้นเล่น พ่อจึงหางอบมาให้ใส่

พ่อของปิติเป็นชาวนาที่ขยัน ทำนาได้ข้าวปีละมาก ๆ เมื่อได้ข้าวมาก็แบ่งเป็นส่วน ๆ เขาจะเก็บไว้สำหรับกินและเอาไว้ปลูก ส่วนที่เหลือจะขายเอาเงินมาใช้จ่ายในครอบครัว นอกจากทำนา เขายังทำไร่และทำสวนอีกด้วย ในไร่มีข้าวโพดและแตงกวา ในสวนมีมะม่วง ขนุน และกล้วย จึงมีรายได้หลายทาง พ่อแม่และพี่ของปิติมีร่างกายแข็งแรง เพราะได้ออกกำลังกายอยู่เสมอ ปิติมาที่นาบ้างเหมือนกัน แต่ช่วยทำอะไรไม่ได้มากนักเพราะยังเล็กอยู่

เมื่อทั้งสองหาดินเหนียวได้แล้วก็กลับมาหาพ่อ พอดีพ่อและพี่ของปิติมานั่งพักอยู่ในร่ม สมคิดจึงถามพ่อถึงวิธีทำนา พ่ออธิบายว่า "เขาใช้ควายหรือรถไถนา แล้วเอาข้าวเปลือกหว่านลงไป บางทีก็ต้องเพาะเป็นต้นอ่อนเสียก่อน แล้วจึงนำไปปลูก"

พ่อของปิติเห็นสมคิดสนใจ จึงเล่าให้ฟังต่อไปว่า เมื่อปลูกแล้วงานก็เบาลงบ้าง แต่ไม่ได้หยุด เดือนพฤษภาคม มิถุนายน และกรกฎาคมเป็นเวลาไถนาปลูกข้าว พอถึงเดือนสิงหาคม กันยายน และตุลาคม ต้นข้าวโตขึ้น ชาวนาต้องคอยดูแลให้มีน้ำหล่อเลี้ยงอยู่ตลอดเวลา ข้าวจึงจะมีรวงดี เมื่อรวงข้าวสุกเหลือง ก็ใช้เคียวเกี่ยวผึ่งแดดไว้ พอแห้งก็มัดรวมกันเป็นฟ่อน ๆ แล้วจึงขนเอาไปนวด

ปิติเล่าเพิ่มเติมว่า "เวลาเกี่ยวข้าวบางทีมีคนมาช่วยมากมาย ร้องเพลงกันไปเกี่ยวข้าวกันไปสนุกดี"

สมคิดถามว่า "ปิติเกี่ยวข้าวเป็นไหม"

ปิติตอบว่า "ไม่เป็น กลัวเคียวเกี่ยวนิ้วขาด" พ่อของปิติเล่าต่อไปว่า ชาวนาต่างก็ช่วยเหลือและเอื้อเฟื้อกันดี พอถึงเวลานวดข้าว เขาก็จะช่วยกันเรียงฟ่อนข้าวเป็นวง แล้วใช้ควายย่ำ เพื่อให้เมล็ดข้าวเปลือกหลุดออกจากรวง ส่วนที่เหลือเป็นฟาง ก็เก็บไว้ใช้ประโยชน์ได้หลายอย่าง

"ชาวนาทำนาแล้วขายได้เงินมาก คงรวยกันทุกคนนะครับ" สมคิดพูด

"ที่รวยก็มี ที่ไม่รวยก็มี บางปีฝนแล้งทำนาไม่ค่อยได้ผล แต่อย่างน้อยทุกคนก็มีข้าวกินไม่อดตาย" พ่อของปิติตอบ แล้วพูดต่อไปว่า "สิ่งที่ชาวนาดีใจก็คือ เขาปลูกข้าวให้ทุกคนในประเทศของเรากิน และยังส่งไปขายให้คนในประเทศอื่นกินด้วย"

ศัพท์และวลีในบทอ่าน

ใต้ถุน	高脚屋的底层	หลุด	脱落
เคี้ยว	嚼	เหงือก	牙龈
กลืน	吞咽	ซี่	颗（牙齿的量词）
ถอน	拔	ไกว	摇，荡
เปล	摇篮	ไหล่	肩膀
อก	胸	ลำตัว	身躯
อบอุ่น	温暖	จมูก	鼻子
คิ้ว	眉毛	คาง	下巴
นม	奶	นุ่มนิ่ม	柔软
สะดุด	拌脚	ล้ม	倒
ดึง	拽，拉	ฝุ่น	尘土
แข้ง	小腿	เช้าตรู่	清晨
เหนียว	粘	งอบ	泰式斗笠
ส่วน	部分	สำหรับ	专为，专供
ใช้จ่าย	开销	ข้าวโพด	玉米
รายได้	收入	หว่าน	播撒
ต้นอ่อน	幼苗	ต้นข้าว	稻株
หล่อเลี้ยง	滋养	รวง	穗
สุก	熟	เคียว	镰刀
เกี่ยว	割	มัด	捆
ฟ่อน	（稻、稻草）捆	นวด	脱粒

166

....ไป ....ไป	一边……，一边……	เอื้อเฟื้อ	帮助，接济
		วง	圈，环
ย่ำ	踩，踏	ฟาง	稻草
อย่างน้อย	至少	อดตาย	饿死

บทที่ ๑๒ เมขลากับรามสูร

    ฟ้าแลบ ฟ้าร้อง และฟ้าผ่าเป็นปรากฏการณ์ทางธรรมชาติ แต่คนโบราณมักจะเล่ากันเป็นนิทานว่า ยักษ์ชื่อรามสูรไล่จับนางฟ้าชื่อเมขลา นางเมขลามีแก้วมณีดวงหนึ่ง มีประกายแพรวพราวงดงามมาก นางมักจะถือแก้วมณีมาโยนเล่นตามกลีบเมฆ ฝ่ายรามสูรเป็นยักษ์ใจโหด มีขวานเป็นอาวุธ ชอบเหาะเที่ยวไปมาในกลีบเมฆ พอเห็นแสงแก้วมณีของนางเมขลาเข้าก็ชอบใจ รามสูรจึงขอแก้วมณีจากนางเมขลา นางเมขลาไม่ยอมให้ รามสูรโกรธจึงไล่แย่ง นางเมขลาหลบหลีกได้ว่องไวมาก แล้วชูแก้วมณีล่อหลอกรามสูร ทำให้รามสูรโมโห จึงขว้างขวานหมายจะฆ่านางเมขลาเสีย แต่นางเมขลาว่องไวหลบหลีกได้ทัน

    แสงแก้วมณีของนางเมขลาก็คือฟ้าแลบ รามสูรขว้างขวาน เสียงขวานแหวกอากาศดังกึกก้องก็คือฟ้าร้อง รามสูรจับเมขลาไม่ได้สักที ไล่จับกันอยู่จนกระทั่งทุกวันนี้ จึงเห็นฟ้าแลบและได้ยินเสียงฟ้าร้องอยู่ตลอดมา

รูปประโยคและการใช้คำ

๑. **มัก(จะ)...** 表示往往怎么样或总是怎么样。

    ตัวอย่าง   ฉันมักไปเยี่ยมเขาในวันอาทิตย์
                  ตอนค่ำ ฉันมักจะไปทบทวนที่ห้องสมุด

    แบบฝึกหัด   จงเติมคำว่า"มัก"ลงไปในประโยคข้างล่างนี้ให้ถูกที่ตามตัวอย่าง
(将 "มัก" 填在下面句子的正确位置上。)

๑) วันอาทิตย์เขาอยู่บ้าน
๒) คำเหล่านี้เราสะกดผิด
๓) เขาอ่านหนังสือจนดึกเกือบทุกคืน
๔) เมื่อไม่ถูกใจ เขาโกรธ
๕) เมื่อพูดอะไรกับเขา เขาจะยิ้ม
๖) ฉันไปหัดสนทนากับเขี่ยงในตอนบ่าย
๗) ถามอะไรเขา เขาบอกว่าไม่รู้
๘) ว่างเมื่อไหร่ เขาจะอ่านนวนิยาย
๙) มีงานรื่นเริงเมื่อไร เขาจะชวนเราไปด้วย
๑๐) เกิดเรื่องไม่สบายใจ เขาเก็บไว้ในใจ ไม่ยอมบอกใครเลย

บทสั้น เขี่ยงเป็นคนใจร้อน มีอะไรมักจะพูดเป็นคนแรก อี้เป็นคนรอบคอบ มีอะไรมักจะคิดเสียก่อนแล้วจึงพูด เขาสองคนเป็นเพื่อนสนิท ไปไหนมาไหนมักจะเห็นเขาไปด้วยกัน

๒. พอ....ก็.... 一……就……。表示前后两件事或两个动作衔接得很紧密。

ตัวอย่าง พอกระดิ่งดัง เราก็เข้าเรียน
พอเลิกเรียน เราก็ไปกินข้าวกัน

แบบฝึกหัด ๑ จงใช้คำที่ให้ไว้แต่งประโยค“พอ.....ก็..... ”ตามตัวอย่าง（用所给词语，仿照例句造句。）

๑) ฝนหยุด, แดดออก
๒) ลมเหนือพัดมา, อากาศเย็นลงทันที
๓) พูดจบ, ผู้ฟังตบมือแสดงความยินดี

๔) เขาลงจากรถ, เรารีบเข้าไปหา
๕) อาจารย์เข้ามาในห้อง, นักศึกษายืนขึ้นแสดงความเคารพ พร้อมกับกล่าวว่า "สวัสดีครับ" "สวัสดีค่ะ"
๖) เห็นหน้าเรา, เขาทักเป็นภาษาไทยว่า "สวัสดี"
๗) มาถึง, รีบลงมือทำ
๘) ได้ข่าวว่าเขามา, ฉันรีบไปเยี่ยม

แบบฝึกหัด ๒ จงแต่งประโยคตามตัวอย่างคนละ ๓ ประโยค（仿照例句每人造三个句子。）

สนทนา (คุยกันระหว่างเหลียงอี้กับเฉินชาง)

เหลียงอี้	เมื่อคืนชางหายไปไหน
เฉินชาง	ไปพบคุณอา พอรู้ว่าคุณอามาถึงปักกิ่ง ก็รีบไปพบทันที
เหลียงอี้	คุณอาของชางถึงปักกิ่งเมื่อไหร่
เฉินชาง	เพิ่งมาถึงเมื่อบ่ายวาน พอลงจากรถไฟ คุณอาก็รีบโทร.มาหาชาง
เหลียงอี้	ชางคงดีใจมากซี
เฉินชาง	ดีใจซี เราไม่ได้เจอกันหลายปีแล้ว

๓. .....เสีย 出现在句尾的 "**เสีย**" 是趋向动词，往往用在含有消失、离去、停顿等含义的谓语动词之后。"**เสีย**" 含有促使其产生那种效果的作用，因而除了用在叙述句外，还常出现在祈使句中。

ตัวอย่าง
๑) รามสูรขว้างขวานหมายจะฆ่านางเมขลาเสีย
๒) จดหมายฉบับนี้เขาไม่อยากให้ใครเห็น เขาจึงเก็บเสีย
๓) คำนี้ตัดเสียดีกว่า

170

บทที่ ๑๒ เมขลากับรามสูร

๔) เรื่องเหล่านี้ควรจะลืมเสีย
๕) (เสียงวิทยุ)หนวกหูมาก กรุณาช่วยปิดเสีย
๖) รีบเอาไปทิ้งเสีย

"เสีย"还常与其他语气助词或副词搭配使用。

ตัวอย่าง ๑) เอากระดาษเหล่านี้ไปเผาเสียเถอะ
๒) น้ำหมึกหมดเสียแล้ว
๓) อย่าลืมเรื่องนั้นเสียนะ
๔) รีบทำให้เสร็จ ๆ เสียทีเถอะ ไม่งั้นจะไม่ทันเวลากลับบ้าน
๕) คำนี้ต้องแก้เสียใหม่
๖) มีอะไรบอกเสียแต่เนิ่น ๆ นะ

แบบฝึกหัด จงแปลประโยคตัวอย่างให้เป็นภาษาจีน（将上面的例句翻译成汉语。）

ข้อสังเกต

๑. **ฟ้าแลบ ฟ้าร้อง และฟ้าผ่าเป็นปรากฏการณ์<u>ทาง</u>ธรรมชาติ**

此处的ทาง是介词，意思是"……方面的"、"……上的"。其他例子如：

ฉันชอบเรียนวิชาทางศิลปศาสตร์
ประเทศจีนยินดีให้ความช่วยเหลือทางเศรษฐกิจแก่ประเทศที่ยัง
ด้อยพัฒนาอยู่
ปัญหาทางความคิดไม่ควรแก้ด้วยวิธีบังคับ

๒. **คนโบราณมักจะเล่ากัน<u>เป็น</u>นิทานว่า....**

"เป็น" 有 "成为"、"当作" 的意思，往往连接一个名词去修饰前面的动词。这句话的意思是 "古人往往编成故事说……"。其他例子如：

เราควรจะถือเขาเป็นแบบอย่าง

อาจารย์เลือกหนังสือเล่มนี้เป็นบทอ่าน

๓. พอเห็นแสงแก้วมณีของนางเมขลาเข้าก็ชอบใจ

“เข้า” 是趋向动词，用在表示感知的动词后，表示发生了这种感知，而且往往还表示这种情况的发生不是有准备的或事先估计到的，而是偶然发生的。同样的例子如：

เราเจอเขากลางทาง

บังเอิญเห็นหนังสือเล่มนี้เข้า จึงซื้อมาให้เธอเล่มหนึ่ง

๔. รามสูรจับเมขลาไม่ได้สักที

“ที” 次，回。“สักที” 一次，一回。“จับไม่ได้สักที” 的意思是一次也没抓着，总也抓不住。

๕. ไล่จับกันอยู่จนกระทั่งทุกวันนี้

“ทุกวันนี้” 是广义的 “今天”，也可以说 “如今”、“目前”、“眼下” 等等。其他例子如：

ความเป็นอยู่ของประชาชนทุกวันนี้ดีกว่าแต่ก่อนมาก

คมนาคมที่ปักกิ่งทุกวันนี้สะดวกมาก

๖. ได้ยินเสียงฟ้าร้องอยู่ตลอดมา

“....ตลอดมา” 一直，是指从过去到现在。如果从现在到今后则要用 “ตลอดไป”（一直，永远）。如：

ยังจะได้ยินเสียงฟ้าร้องตลอดไป

เราจะไม่ลืมเรื่องนี้ตลอดไป

เราขยันเรียนตลอดมา และยังจะขยันเรียนตลอดไป

๗. 泰语同汉语一样，也有连动式的句子结构。但是泰语中的连动结构有的与汉语相同，有的则不同。对于不同的地方要特别注意。试将下列句子与汉语进行对比：

ยักษ์ชื่อรามสูรไล่จับนางฟ้าชื่อเมขลา

นางมักจะถือแก้วมณีมาโยนเล่นตามกลีบเมฆ

บทที่ ๑๒ เมขลากับรามสูร

(รามสูร)ชอบเหาะเที่ยวไปมาในกลีบเมฆ
รามสูรโกรธจึงไล่แย่ง(แก้วมณี)
(นางเมขลา)ชูแก้วมณีล่อหลอกรามสูร

แบบฝึกหัด

๑. จงอ่านและท่องตัวบทเรียนจนคล่อง

๒. จงตอบคำถามต่อไปนี้

๑) นางเมขลาคือใคร

๒) นางเมขลามีของวิเศษ(宝物)อะไร

๓) นางเมขลาชอบโยนแก้วมณีเล่นที่ไหนบ้าง

๔) รามสูรคือใคร

๕) รามสูรมีอะไรเป็นอาวุธ

๖) รามสูรชอบทำอะไรที่ไหน

๗) ทำไมรามสูรจึงไล่แย่งแก้วมณีของเมขลา

๘) รามสูรแย่งได้หรือเปล่า เพราะอะไร

๙) ตามนิทานที่เล่ากัน ฟ้าแลบ ฟ้าร้อง และฟ้าผ่าคืออะไร

๑๐) จงเล่านิทานจีนเกี่ยวกับฟ้าแลบ ฟ้าร้อง และฟ้าผ่าคร่าว ๆ ง่าย ๆ

๓. จงใช้คำเชื่อม"พอ....ก็...." "เมื่อ....ก็.... " แต่งประโยคคำละ ๓ ประโยค

๔. จงแปลประโยคต่อไปนี้ให้เป็นภาษาไทย

1. 我将永远记住这句话。
2. 他一直是这样做的。
3. 今天再也没有人说读书无用了。
4. 今天我来讲一个 "媚卡拉和拉玛苏" 的故事。
5. 躺着看书对眼睛很不好。
6. 老师提着包一走进教室，同学们就齐声说："老师好"。

7. 她不想让我看见，所以就躲起来了。
8. 他总是一清早就练朗读，每一课都读得非常熟练。

ศัพท์และวลี

เมขลา(เมก-ขะ-หลา)	媚卡拉，海神，闪电女神
ฟ้าผ่า	霹雳；雷击
ธรรมชาติ(ทำ-มะ-ชาด)	自然
ไล่	追，赶；驱逐
นางฟ้า	仙女
มณี	红宝石
แก้วมณี	红宝珠
ประกาย	光亮，闪闪的光亮
งดงาม	美丽，绚丽
โยน	抛
เมฆ	云
กลีบเมฆ	云朵，云彩
โหด	狠毒，残忍
ขวาน	斧子
อาวุธ	武器
แสง	光，光线，光亮
รามสูร(ราม-มะ-)	拉玛苏，雷公
ฟ้าแลบ	闪电
ฟ้าร้อง	打雷
ปรากฏการณ์(ปรา-กด-ตะ-การ)	现象
ยักษ์	妖魔；巨人
จับ	抓
นาง	女子，女士
แก้ว	宝珠；水晶；玻璃
ดวง	颗
แพรวพราว	闪闪发光，发亮，闪烁
ถือ	持
กลีบ	（花）瓣；（云）朵
ใจ	心
ใจโหด	狠毒，心狠手辣
เหาะ	飞，飞腾
ชอบใจ	喜欢，欣喜
ขอ	讨，乞求

บทที่ ๑๒ เมขลากับรามสูร

ยอม	愿意	แย่ง	抢夺
หลบ	躲避，躲闪	หลีก	躲让，避让
หลบหลีก	躲避，闪避	ชู	举
ล่อ	引诱	หลอก	欺骗
ล่อหลอก	逗引，诱惑	โมโห	发脾气，发火
ขว้าง	掷	หมายจะ	意欲，想要，
ฆ่า	杀		企图
แหวก	排开，分开	กึกก้อง	轰响
....สักที	一次，一回	จน	直至
กระทั่ง	=จนถึง	จนกระทั่ง	=จนถึง
....ตลอดมา	一直......	ถูกใจ	合心意，中
ยิ้ม	微笑		意，称心
สบายใจ	（心里）舒坦	ไม่สบายใจ	不痛快，不
ใจร้อน	急躁，性急		愉快
รอบคอบ	周到，周全	เพื่อนสนิท	亲密的朋友
พอ....ก็....	一......就......	เหนือ	北
พัด	吹，扇	ตบมือ	鼓掌
เคารพ	尊敬	แสดงความเคารพ	表示敬意
พร้อมกับ....	同时	ทัก	=ทักทาย
ลงมือ	动手，着手		打招呼
ได้ข่าว	听说，得到	ตัด	砍去，去掉
	消息	น้ำหมึก	墨水
หนวกหู	闹人	เนิ่น ๆ	早些，及早
ศิลปศาสตร์(สิน-		ด้อย	差，逊色
ละ-ปะ-)	人文学科	ด้อยพัฒนา	不发达
ประเทศด้อยพัฒนา		เศรษฐกิจ(เสด-	
	不发达国家	ถะ-)	经济
แก่	给（介词）	บังคับ	强迫

กลางทาง	中途，半路上	ความเป็นอยู่	生活，生活状况
ตลอดไป	永远，一直	ของวิเศษ	宝物

บทอ่านประกอบ

(๑)

วันที่ยี่สิบเอ็ดเดือนมกราคม ลุงซึ่งเป็นพี่ของแม่มานะและมานีเชิญญาติพี่น้องไปร่วมทำบุญที่บ้าน พ่อแม่พามานะและมานีไปบ้านของลุงตั้งแต่เช้าตรู่เพื่อให้ทันพิธีทำบุญตักบาตร และจะได้ช่วยลุงเตรียมงานด้วย มานะนุ่งกางเกงขายาวและใส่เสื้อแขนยาว มานีนุ่งกระโปรงชุดสีชมพู มีผ้าคาดเอว

วันนั้น ญาติมารวมกันมากมาย หลายคนไม่ได้พบกันเป็นเวลานานเพราะอยู่ห่างไกลกัน พอพบกันต่างก็ดีใจ ทักทายและถามทุกข์สุขกันเสียงดังจนฟังไม่ออกว่าใครพูดอะไร พ่อแม่แนะนำให้มานะและมานีรู้จักกับญาติหลายคน ทั้งสองประนมมือไหว้แทบไม่ทัน

ลูกสาวคนหนึ่งของลุงแต่งงานแล้ว เขาเดินมาพร้อมกับผู้ชายคนหนึ่ง เด็กทั้งสองเห็นเข้าก็ดีใจ รีบวิ่งไปหาและประนมมือไหว้ พี่สาวจึงแนะนำให้รู้จักกับผู้ชายที่เดินมาด้วยว่าเป็นพี่เขย มานีชอบใจที่เห็นพี่สาวแต่งตัวสวย ผมยาวคลุมบ่า มีช่อกล้วยไม้ติดไว้ด้วย พี่สาวและพี่เขยทักทายมานะกับมานี แล้วคุยกันอยู่ครู่หนึ่งก็ไปทำงานต่อ

มานีถามมานะว่า พี่สาวยังใช้นามสกุลเดิมอยู่หรือไม่ เพราะครูคนหนึ่งของมานีแต่งงานแล้วนามสกุลไม่เหมือนเดิม มานะตอบว่า พี่สาวใช้นามสกุลพี่เขย และเปลี่ยนจากนางสาวเป็นนางนำหน้าชื่อด้วย

มานะช่วยลุงจัดโต๊ะพระพุทธรูป และช่วยจัดขวดน้ำ แก้วน้ำ กระโถน และน้ำชาสำหรับถวายพระ มานีช่วยพี่สาวจัดดอกไม้และกระถางธูปสำหรับวางบนโต๊ะหน้าพระพุทธรูป

พ่อและญาติผู้ชายเตรียมงานทำพิธีทางศาสนา บ้างก็จัดที่สำหรับตักบาตร บ้าง

บทที่ ๑๒ เมฆลากับรามสูร

ก็จัดที่สำหรับพระสงฆ์นั่ง แม่และญาติผู้หญิงช่วยกันทำครัว เตรียมกับข้าวสำหรับเลี้ยงพระและเลี้ยงคนที่มาช่วยงาน มานะมานีมาหาแม่ในครัว เห็นคนช่วยกันทำครัวหลายคน บ้างก็ตำน้ำพริก ผัดแกง และทอดปลา แม่ให้มานะช่วยล้างผัก และคอยปัดแมลงวันไม่ให้ตอมอาหาร ให้มานีช่วยปอกหอม กระเทียม แล้วให้ช่วยยกอาหารไปให้ผู้ใหญ่ถวายพระ

เสร็จพิธีทำบุญแล้ว ญาติพี่น้องมานั่งคุยกันอย่างสนุกสนาน สักครู่ก็ลากลับบ้าน พ่อแม่มานะและมานีอยู่ช่วยเก็บของก่อนแล้วจึงกลับ

(๒)

ครูประจำชั้นคนหนึ่งลากิจ ครูใหญ่จึงให้นักเรียนชั้นนั้นมาเรียนรวมกับชั้นที่ครูไพลินสอน ก่อนเลิกเรียนเป็นเวลาเรียนพลศึกษา ครูไพลินก็พานักเรียนลงไปหัดกายบริหาร และเล่นกีฬาในสนาม เมื่อเห็นนักเรียนเหนื่อยก็ให้หยุด นักเรียนชายคนหนึ่งจะเล่นต่อไปอีก เขาบอกว่าอยากออกกำลังมาก ๆ ร่างกายจะได้แข็งแรง โตขึ้นเขาจะเป็นตำรวจ ครูไพลินอธิบายว่า ออกกำลังกายมากเกินไปไม่ดี อาจเป็นโทษต่อร่างกาย ต้องออกกำลังแต่พอควร แล้วพานักเรียนไปนั่งพักผ่อนใต้ร่มไม้

ครูไพลินถามนักเรียนว่า โตขึ้นใครตั้งใจจะทำงานอะไร นักเรียนหลายคนบอกว่าจะเลี้ยงสัตว์ เช่นเป็ด ไก่ แพะ แกะ กบ และปลา บ้างก็จะทำไร่ ทำสวน จะเป็นบุรุษไปรษณีย์และข้าราชการก็มี

ชูใจพูดว่า "ฉันจะเป็นหมอค่ะ ช่วยรักษาคนให้หายเจ็บป่วย ย่าบอกว่าได้บุญดี แต่ฉันเรียนไม่ใคร่เก่ง" ครูไพลินบอกว่า "ไม่เป็นไร พยายามเรียนให้มากยิ่งขึ้นก็จะเก่ง"

"ฉันอยากเป็นครูอย่างคุณครูไพลินค่ะ เพราะครูช่วยให้คนไม่โง่ อ่านเขียนหนังสือได้ และสอนให้คนเป็นคนดี" มานีพูด ครูไพลินยิ้มและบอกว่า "ดี จะได้ช่วยให้ประเทศชาติเจริญขึ้น"

นักเรียนชายคนหนึ่งพูดบ้างว่า "ผมจะเป็นชาวนาครับ เพราะพ่อผมเป็นชาวนา" ครูไพลินพูดว่า "ดีแล้ว เพราะชาวนาเป็นกระดูกสันหลังของชาติ ปลูกข้าวเลี้ยงคนทั้งในประเทศและต่างประเทศ ทำให้ประเทศมีรายได้สำหรับบำรุงสิ่งต่าง ๆ ให้เจริญขึ้น"

"ฉันจะค้าขายค่ะ จะหาสินค้าส่งไปขายต่างประเทศด้วย ประเทศของเราจะได้มีเงินมากๆ" ดวงแก้วพูด นักเรียนหลายคนบอกว่าจะช่วยซื้อของ ครูไพลินจึงบอกว่า "ดี เราเป็นคนไทย ต้องช่วยซื้อสินค้าที่ทำในประเทศไทย"

สมคิดพูด "ผมจะเป็นข้าราชการ ช่วยเหลือประชาชนครับ" ครูไพลินว่า "ดีแล้ว ประชาชนจะได้อยู่เย็นเป็นสุข"

ปิติยืนขึ้น พูดอย่างหนักแน่นว่า "ผมจะเป็นทหารครับ ทหารแต่งเครื่องแบบสวมหมวกเหล็ก ต่อสู้ป้องกันประเทศ ทหารรักชาติมากที่สุดครับ"

นักเรียนหลายคนถามครูไพลินว่า "ทำงานเป็นอะไรจึงจะแสดงว่ารักชาติมากที่สุด" ครูไพลินพอใจมากที่นักเรียนต่างก็มุ่งหมายจะทำงานมีอาชีพกันทุกคน แม้ว่าเป็นเด็กแต่ก็รักชาติบ้านเมือง

"คนที่ทำงานอย่างซื่อสัตย์ ไม่รบกวนหรือทำให้ผู้อื่นเดือดร้อนและช่วยกันบำรุงประเทศชาติก็เป็นคนรักชาติทั้งสิ้น ทุกอาชีพมีความสำคัญเท่าเทียมกัน" ครูไพลินพูด และอธิบายต่อไปว่า "คนเป็นหมอช่วยรักษาพยาบาลคนเจ็บป่วย ชาวนาปลูกข้าวให้คนกิน พ่อค้าแม่ค้าช่วยให้มีรายได้บำรุงประเทศมากขึ้น ตำรวจคอยรักษาความสงบไม่ให้ผู้ร้ายมารบกวน ครูช่วยสอนให้คนฉลาด ทหารต้องทำงานเสี่ยงอัน-ตราย สละชีวิตเพื่อป้องกันประเทศ เพื่อให้ชาติอยู่รอดปลอดภัย ไม่ยอมให้ใครมาทำลายชาติของเราได้"

สมคิดหันไปถามปิติว่า "เธอจะเป็นทหาร ไม่กลัวตายหรือ"

"ไม่กลัว" ปิติตอบหนักแน่น พร้อมทั้งทำท่าควักปืนยิง และทำเสียงปืนด้วย เพื่อนๆ พากันหัวเราะขำปิติ

ศัพท์และวลีในบทอ่าน

ญาติพี่น้อง	亲戚	พิธี	仪式
ตักบาตร	斋僧	กางเกงขายาว	长裤
เสื้อแขนยาว	长袖衣服	ชมพู	粉（色）
คาด	束，系	เอว	腰

บทที่ ๑๒   เมขลากับรามสูร

ประนมมือ	双手合十	พี่เขย	姐夫
บ่า	肩	นามสกุล	姓氏
นางสาว	小姐	พระพุทธรูป	佛像
แก้วน้ำ	水杯	กระโถน	痰盂
ถวาย	敬献，奉献	กระถางธูป	香炉
เลี้ยง	请吃饭	ตำ	舂，捣碎
ผัดแกง	炒做汤的菜料	ทอด	（用油）炸
แมลงวัน	苍蝇	ตอม	（苍蝇）叮，
ปอก	剥（皮）		爬
หอม	葱	กระเทียม	蒜
ลากิจ	请事假	เป็นโทษ	有害
พอควร	恰当，适度	เป็ด	鸭
แพะ	山羊	แกะ	绵羊
ได้บุญ	积德	ไม่ใคร่	不太……
โง่	笨，蠢	กระดูก	骨头
สันหลัง	脊梁	บำรุง	滋养，补助
ค้าขาย	做买卖	อยู่เย็นเป็นสุข	安居乐业
หนักแน่น	庄重	แต่ง	穿
เครื่องแบบ	制服	หมวกเหล็ก	钢盔
ต่อสู้	斗争	รักชาติ	爱国
มุ่งหมาย	打算，企图；	แม้ว่า	尽管
	立志	เท่าเทียมกัน	相等，同等
เสี่ยง	冒险	สละ	放弃，牺牲
อยู่รอดปลอดภัย	安全	ควัก	掏
ขำ	好笑		

บทที่ ๑๓ ลอยกระทง

ออกพรรษาแล้ว ชาวบ้านตกลงกันว่าจะจัดงานลอยกระทงเหมือนทุกปี และปีนี้จะมีการแข่งเรือในตอนกลางวันด้วย เรือที่จะแข่งมีเรือเล็ก เรือยาว และเรือแจว การจัดงานครั้งนี้ทางอำเภอและโรงเรียนก็ร่วมมือด้วย

ก่อนถึงวันงาน ชาวบ้านต่างเตรียมจัดทำกระทงและตกแต่งอย่างสวยงาม ส่วนมากใช้ต้นกล้วยทำเป็นแพสำหรับรองกระทง ใช้ใบตองเย็บเป็นกระทง และมีดอกไม้ธูปเทียนปักตรงกลาง เมื่อทำกระทงเสร็จแล้วก็ไปดูการแข่งเรือ

บางคนชอบดูแข่งเรือเล็กที่มีคนพายคนเดียว พอเรือถูกระลอกคลื่นลูกใหญ่ ๆ เรือก็โคลงเคลงไปมาน่าสนุก บางลำเอียงจนล่มลง คนพายสามารถกู้เรือแล้วพายแข่งต่อไปได้ บางคนชอบดูแข่งเรือแจว บางคนชอบดูแข่งเรือยาวที่มีคนพายหลาย ๆ คน และพายได้พร้อม ๆ กัน เพราะมีคนเป่านกหวีดให้จังหวะอยู่ที่หัวเรือ มีคนถือท้ายให้เรือแล่นตรง ถ้าเรือใหญ่ ๆ ต้องใช้คนถือท้ายเรือถึงสองคน

คืนนั้นพระจันทร์เต็มดวง ส่องแสงสว่างน่าเบิกบานใจ ประชาชนพากันแห่กระทงไปรวมที่วัด แล้วจึงนำไปลอยที่ท่าน้ำ เมื่อจุดธูปเทียนแล้วจึงปล่อยให้ลอยไป กระทงน้อยใหญ่ลอยบนผิวน้ำมองเห็นแสงเทียนสว่างทั่วไปดูสวยงามมาก

มีคนลงเรือพายตามกระทงไป บ้างก็ร้องเพลงอย่างสนุกสนาน บ้างก็รำจนเรือคว่ำจมลง ต้องช่วยกันกู้ขึ้นมา แล้วพายต่อไป

รูปประโยคและการใช้คำ

๑. **ต่าง(ก็)....**   "**ต่าง**" 是代词，用在集体名词或代词、复数名词或代词之后，或者用在两个以上名词、代词之后，强调这些人中的每个人或这些事物中的每个事物都有下面谓语所表达的共同的行为、状态或性质。

บทที่ ๑๓　ลอยกระทง

ตัวอย่าง　เราต่างก็รู้สึกดีใจมาก
　　　　　สิ่งเหล่านี้ต่าง(ก็)ซื้อมาจากร้านเดียวกัน

แบบฝึกหัด　จงใช้คำว่า"ต่าง"แทรกลงไปในประโยคต่อไปนี้เพื่อเน้นว่าแต่ละคนหรือแต่ละสิ่งกระทำหรือมีลักษณะเหมือนกัน（将"ต่าง"加入下列句子中，以强调每个人或事物都有共同的行为或性状。）

๑) นักศึกษาตบมือแสดงความยินดี
๒) พวกเราไม่รู้จักกัน
๓) ทีมแดงกับทีมเขียวเล่นกันอย่างสุดฝีมือ
๔) แต่ละเพลงได้รับความนิยมชมชอบจากผู้ฟัง
๕) หางโจว กุ้ยหลิน ซีอาน เป็นเมืองท่องเที่ยวที่ลือชื่อ
๖) อากาศ แดด และน้ำเป็นสิ่งที่จะขาดเสียไม่ได้
๗) เรื่องเหล่านี้เป็นเรื่องที่น่าสนใจ
๘) อาจารย์และนักศึกษาทุกคนช่วยกันจัดห้องอย่างเรียบร้อย

สนทนา　(คุยกันระหว่างเพื่อนนักศึกษา)

- บทเรียนของเราต่างก็เลือกมาจากหนังสือเรียนของไทยใช่ไหม
- บางบทดูเหมือนไม่ใช่
- หลายบทรู้สึกว่าน่าอ่านมาก
- แต่ละบทต่างก็ให้ความรู้ภาษาไทยแก่เราไม่น้อย
- บางบทให้ความรู้เกี่ยวกับเมืองไทยแก่เราด้วย

๒. ....สำหรับ....　介词，含有"为"、"专为"、"供……之用的"等意思。สำหรับ后面所带的成分可以是名词（或名词短语），也可以是动词（或动词短语）；它所修饰的成分同样也可以是名词，也可是动词。

泰语教程·第二册

ตัวอย่าง　ห้องนี้เตรียมไว้สำหรับคุณค่ะ
เราไปซื้อบัตรส.ค.ส.สำหรับส่งถึงเพื่อน
แม่และญาติผู้หญิงช่วยกันทำครัว เตรียมกับข้าวสำหรับเลี้ยงพระ
และเลี้ยงคนที่มาช่วยงาน

แบบฝึกหัด　จงอ่านและแปลประโยคต่อไปนี้เป็นภาษาจีน （朗读并翻译下列句子。）

๑) เขากำลังจัดห้องสำหรับฉลองวันขึ้นปีใหม่
๒) นี่เป็นแบบฝึกหัดสำหรับวันนี้
๓) ที่นั่งแถวหน้าเขาเตรียมไว้สำหรับคนแก่
๔) หนังรอบบ่ายเป็นรอบพิเศษสำหรับเด็ก
๕) ห้องอ่านหนังสือสำหรับอาจารย์มีหนังสือคู่มือเยอะ
๖) มีสมุดสำหรับหัดคัดลายมือขายไหม
๗) นี่กรรไกร(สำหรับ)ตัดผม ไม่ใช่ตัดผ้า
๘) ร้านขายหนังสือมีพจนานุกรมอังกฤษสำหรับนักศึกษาขายหรือเปล่า

สนทนา　(คุยกันระหว่างเพื่อนนักศึกษา)

- เมื่อวานไปเที่ยวจัตุรัสเทียนอันเหมิน เห็นอุโมงค์ข้ามถนน
  เขาสร้างได้สวยมาก
- ถูกแล้ว ทั้งกว้างและยาว
- มีทางลงและทางขึ้นสำหรับคนพิการด้วย
- เขาคิดรอบคอบดีนะ

๓. **สามารถ....ได้**　สามารถ 用在动词之前，强调具有某种能力，后面往往有ได้与其搭配成为 "สามารถ....ได้"。如果是否定句，否定词 "ไม่" 要置于สามารถ之前。"สามารถ....ได้" 多用于书面语，口语中往往只用 "....ได้"。但在需要强调时，也可以加上 "สามารถ"。

บทที่ ๑๓ ลอยกระทง

ตัวอย่าง เราสามารถสร้างสรรค์ประเทศจีนให้เป็นประเทศทันสมัยได้เมื่อเราสามัคคีกัน ก็ไม่มีกำลังใด ๆ สามารถเอาชนะเราได้(กำลังใด ๆ ก็ไม่สามารถเอาชนะเราได้)

แบบฝึกหัด จงแทรกคำว่า"สามารถ"ลงในประโยคต่อไปนี้ให้ถูกต้อง

๑) เวลานี้เราอ่านบทอ่านภาษาไทยง่าย ๆ ได้แล้ว
๒) เขาเก่ง เขาท่องบทกลอนของ"หลี่ป๋าย"ได้หลายสิบบท
๓) เราเรียนมาไม่ถึงปี แต่ก็พูดคุยกันด้วยภาษาไทยได้บ้างแล้ว
๔) เราเพิ่งเรียนมาไม่ถึงปี ยังแปลข้อความเหล่านี้ไม่ได้
๕) มนุษย์เรายังเอาชนะภัยธรรมชาติบางอย่างไม่ได้
๖) ประเทศจีนเราผลิตเครื่องบินโดยสารขนาดใหญ่ได้หรือเปล่า
๗) สิ่งที่เขาทำได้ เราก็ทำได้ไม่ใช่หรือ
๘) เธอแน่ใจหรือว่า เราเปลี่ยนความเห็นของเขาได้

สนทนา (คุยกันระหว่างเพื่อนนักศึกษา)

- ศาสตราจารย์คนนี้เก่ง
- เก่งยังไง
- เขาสามารถพูดภาษาต่างประเทศได้ตั้ง ๕-๖ ภาษาแน่ะ
- งั้นหรือ เขาเรียนยังไงถึงพูดได้ตั้ง ๕-๖ ภาษา
- เขาสนใจภาษาต่างประเทศและขยันเรียนมาก อีกหน่อยเธอก็อาจจะสามารถพูดได้หลายภาษาเหมือนกัน
- คงไม่มีวันพูดได้หรอก

ข้อสังเกต

๑. <u>ออกพรรษา</u>แล้ว ชาวบ้านตกลงกันว่าจะจัดงาน<u>ลอยกระทง</u>เหมือนทุกปี

๑) ออกพรรษา 解夏。解夏节是佛教中的一个重要节日，与守夏节（วันเข้าพรรษา）相对应。每年泰历八月十六是守夏节，或叫入夏节，时适泰国雨季。旧时守夏节后僧侣们根据佛祖的训导，只在寺庙里学经修道，不出寺庙化缘，以免踩坏庄稼、青草和小虫，僧斋和各种用品由百姓进寺供奉。农村青年多在此期间剃度为僧。泰历十一月十五是解夏节，此时雨季已过，僧侣又开始出寺化缘。大部分青年经过一段僧侣生活后，又都还俗务农。

๒) ลอยกระทง 飘水灯。每年泰历十二月十五为水灯节。水灯节是泰国的一个传统节日。

๒. (ชาวบ้าน)ส่วนมากใช้ต้นกล้วยทำ<u>เป็น</u>แพสำหรับรองกระทง ใช้ใบตองเย็บ<u>เป็น</u>กระทง

这句话里的 เป็น 与上一课中讲到的 เป็น 用法相同，也是"成"、"为"、"成为"的意思。ทำเป็นแพ 即做成筏子，เย็บเป็นกระทง 即缝制成水灯。

๓. พอเรือถูกระลอกคลื่นลูก<u>ใหญ่ๆ</u> เรือก็โคลงเคลงไปมา<u>น่า</u>สนุก

๑) ลูกใหญ่ๆ　泰语形容词重叠带有描写的性质，比不重叠意义更宽泛。如：

　　　เด็กๆ ต่างก็แต่งตัวสวยๆ
　　　เขาชอบอ่านเรื่องยาวๆ
　　　เขาตัวสูงๆ ผิวดำๆ

但是如果重叠词的第一音节读成第四声调时，则往往表示说话人想要强调的感情色彩。如：

　　　เสื้อตัวนั้นซ้วยสวย
　　　เรื่องมันย้าวยาว
　　　เขาตัวซู้งสูง ผิวด๊ำดำ

๒) น่าสนุก　น่า 放在动词或个别形容词前，表示能引起或使人产生某种兴趣或者产生某种感觉，或者表示值得做某件事。如：

　　　น่าดู　　　好看
　　　น่าเที่ยว　　好玩或值得一玩
　　　น่าอ่าน　　好看（指读起来很有趣味）

น่ากิน	好吃
น่าเชื่อ	可信
น่ารัก	可爱
น่าเกลียด	可恶
น่าสงสาร	可怜
น่าขัน	可笑，令人发笑
น่ากลัว	可怕
น่าซื้อ	值得一买
น่าคิด	值得考虑，值得想想
น่าสนใจ	令人感兴趣
ฯลฯ	

此句中的 น่าสนุก 是很有趣的意思。后面课文中还有 น่าเบิกบานใจ，是令人愉快的意思。

แบบฝึกหัด

๑. จงอ่านและท่องตัวบทเรียนจนคล่อง

๒. จงตอบคำถามต่อไปนี้

๑) ชาวบ้านเขาตกลงจะทำอะไรเมื่อออกพรรษาแล้ว

๒) วันลอยกระทงตรงกับวันไหนเดือนใดตามปฏิทินทางจันทรคติ (阴历) ของไทย

๓) ตอนกลางวันชาวบ้านทำอะไรกันบ้าง

๔) เรือที่ใช้แข่งมีเรืออะไรบ้าง

๕) เรือเล็กเป็นเรืออย่างไร

๖) เรือยาวเป็นเรืออย่างไร

๗) ตามปกติการลอยกระทงเขาทำกันอย่างไรและทำตอนไหน

๘) กระทงมีลักษณะอย่างไรและทำด้วยวัตถุ (物质，材料) อะไร

๓. จงเล่าเรื่อง"ลอยกระทง"ให้ฟัง

๔. จงใช้คำว่า "ต่าง" "สำหรับ"และ"สามารถ....ได้" แต่งประโยคคำละ ๒ ประโยค

๕. จงหัดร้องเพลง"ลอย ๆ กระทง"

เพลง"ลอย ๆ กระทง"

วันเพ็ญเดือนสิบสอง	น้ำก็นองเต็มตลิ่ง
เราทั้งหลายชายหญิง	สนุกกันจริงวันลอยกระทง
ลอย ๆ กระทง	ลอย ๆ กระทง
ลอยกระทงกันแล้ว	ขอเชิญน้องแก้วมารำวง
รำวงวันลอยกระทง	รำวงวันลอยกระทง
บุญจะส่งให้เราสุขใจ	บุญจะส่งให้เราสุขใจ

ศัพท์และวลี

ออกพรรษา	解夏	ชาวบ้าน	老百姓，乡亲
จัด	举办，举行	แจว	桨，橹；荡桨，摇橹
เรือแจว	用橹、桨摇动或划动的船	อำเภอ	县
ร่วมมือ	合作，协同	ตกแต่ง	装饰，打扮
งาม	美	สวยงาม	美丽
กล้วย	香蕉	ต้นกล้วย	香蕉树干
แพ	筏子	สำหรับ	为，专为，供……用的
รอง	垫		
ใบตอง	蕉叶，芭蕉叶	เย็บ	缝
ธูป	香	เทียน	蜡烛
ถูก	碰上	ระลอก	小的波浪

บทที่ ๑๓   ลอยกระทง

คลื่น	浪头	ลูก	浪头的量词
โคลงเคลง	摇晃，晃荡	เอียง	倾斜
ล่ม	（船）翻	สามารถ (-มาด)	能够
กู้	救（起）	เป่า	吹
นกหวีด	哨子	ถือท้าย	掌舵
พระจันทร์	月亮	พระจันทร์เต็มดวง	满月
ส่อง	照射	เบิกบานใจ	愉悦，开心
พากัน	相率	แห่	结队行进
รวม	集中	วัด	寺庙
นำ	带领；拿去（做......）	ท่าน้ำ	码头
		ปล่อย	放
....น้อยใหญ่	大大小小的......	ผิว	表面；表皮
		ผิวน้ำ	水面
มอง	望	มองเห็น	望见，看见
สนุกสนาน	（玩得）痛快，开心	คว่ำ	翻，倾覆
		จม	沉没
ต่าง(ก็)....	都......	สุดฝีมือ	竭尽全力，使出浑身解数
นิยมชมชอบ	=นิยม		
ลือชื่อ	驰名，闻名	เลือก	选
หนังสือเรียน	课本，教材	เกี่ยวกับ	关于
บัตร	卡片	เลี้ยง	请吃饭
พระ	僧侣	ฉลอง	庆祝
แถว	队列，行列	รอบ	场，轮（量词）
พิเศษ	特别的		
หนังสือคู่มือ	工具书	กรรไกร	=ตะไกร 剪刀
อุโมงค์	地道，隧道	พิการ	残疾
สร้างสรรค์	建设	ทันสมัย	时髦；现代化的
กำลัง	力量		

ใด ๆ	任何	ชนะ	胜利
เอาชนะ	取胜	มนุษย์	人类
ภัย	灾害，灾难	ภัยธรรมชาติ	自然灾害，天灾
เครื่องบินโดยสาร	客机		
ขนาด	规模；大小	ความเห็น	意见，看法
ศาสตราจารย์ (สาด-สะ-)	教授	วันเพ็ญ	望日，月圆之日
นอง	漫溢	ตลิ่ง(ตะ-หลิ่ง)	河岸的陡坡
น้องแก้ว	心爱的妹妹	บุญ	功德，善行
สุขใจ	心情欢畅		

บทอ่านประกอบ

(๑)

ไก่ขันปลุกปีติเป็นประจำทุกเช้า ตามปรกติฤดูทำนาเช่นนี้ พ่อแม่และพี่ไปนาตอนเช้ามืดก่อนเขาตื่น วันนี้แม่มัวหาผ้าคลุมหน้ากันแดดจึงทำให้ไปช้ากว่าทุกวัน ปีติจึงตื่นขึ้นมาทัน พ่อเตรียมเครื่องมือทำนารออยู่ข้างล่าง พี่เตรียมข้าวปลาอาหารและกรอกน้ำใส่กระติก เสร็จแล้วก็พากันลงไปนั่งคอยอยู่ที่แคร่ใต้ต้นมะปราง ปีติโผล่หน้าต่าง เห็นพ่อกำลังเอาคราดกระแทกกับพื้นดินแรง ๆ เพื่อให้ดินหลุดออกจนก้อนกรวดที่พื้นกระเด็นขึ้นมา เขาอยากจะขอไปนาด้วย แต่เกรงว่าพ่อจะดุ เพราะพ่อเคยบอกว่าเขาตกกล้าไม่เป็น จึงต้องอยู่บ้านช่วยยายทำงาน เขาเข้าไปช่วยแม่หาผ้าคลุมหน้า แต่ไม่พบ แม่รำคาญเลยเปลี่ยนใจใช้งอบแทน

ครั้นพ่อแม่และพี่ไปแล้ว ปีติจึงล้างหน้า แปรงฟัน อาบน้ำ สระผม เขาเห็นยายกำลังล้างหน้าประแป้งให้น้อง จึงลงไปเดินเล่นรอบบริเวณบ้าน ขณะนั้นยังเช้าอยู่ พระอาทิตย์เพิ่งขึ้นจากขอบฟ้าครึ่งดวง ทอแสงสีทองออกมาเรื่อเรือง ฝูงนกพากันบินออกหากินเป็นหมู่ อากาศสดชื่น ลมเย็นพัดผ่านไม่ขาดระยะ เขามองดูผึ้งเกลือกกลั้วเกสรดอกบัวในสระข้างบ้านอย่างสำราญใจ แล้วเดินเรื่อยมาจนกระทั่งถึง

ต้นมะยมหลังบ้าน เขาคิดถึงเจ้าแก่ขึ้นมาทันที เพราะมันเป็นสัตว์เลี้ยงที่ไม่เคยขัดใจเขาเลย ตั้งแต่เจ้าแก่ตายเขารู้สึกเหงามากจนพ่อสงสาร และสัญญาว่าจะหาลูกม้ามาให้เลี้ยงแทนเจ้าแก่ แต่พ่อก็ยังหาไม่ได้

พอดีปิติได้ยินเสียงยายร้องเรียกจึงรีบวิ่งกลับ ครั้นขึ้นไปบนบ้าน เห็นยายกำลังก่อไฟ ควันไฟกระจายไปทั่วบ้าน

"หิวข้าวหรือยัง" ยายถาม "ถ้ายังไม่หิว ช่วยหั่นหยวกกล้วยให้ยายหน่อยเถอะ ยายจะต้มให้หมู"

"ได้ครับยาย" ปิติตอบแล้วก็คว้ามีดหั่นหยวกกล้วยใส่กระจาดอย่างกระฉับกระเฉงจนเหงื่อเปียกโชกไปทั้งตัว ยายเตือนว่า "ระวังจะเฉือนนิ้วตัวเองเข้านะปิติ" พอยายพูดจบ ปิติก็ร้องลั่นสะบัดมือไปมา ทำหน้าเบ้ ยายตกใจปราดเข้ามาคว้ามือปิติขึ้นดูก็ไม่เห็นมีบาดแผล ปิติหัวเราะชอบใจ ยายโกรธจึงว่า "ปิติเจ้าทำตัวเป็นคนหลอกลวงเช่นนี้ ระวังจะเป็นเด็กเลี้ยงแกะ"

ปิติเข้าไปกอดประจบยาย "ขอโทษเถอะครับยาย ผมนึกว่ายายจะชอบเสียอีก ผมจะเป็นเด็กเลี้ยงแกะได้อย่างไรครับ"

"เด็กเลี้ยงแกะที่ยายเคยอ่านในหนังสือนะซี เขาเป็นเด็กไม่ดี ชอบพูดจาเหลวไหลหลอกให้คนเข้าใจผิด เขาพาฝูงแกะไปเลี้ยงที่ชายทุ่ง นึกสนุกขึ้นมาก็ร้องตะโกนเอะอะว่า หมาป่ามากินแกะหมดแล้ว พวกชาวนาที่อยู่ใกล้ได้ยินก็คว้ามีด คว้าไม้วิ่งมาจะช่วย แต่ไม่เห็นหมาป่า ซ้ำเจ้าเด็กเลี้ยงแกะก็หัวเราะขันที่เห็นผู้ใหญ่วิ่งหน้าตื่นคิดว่าหมาป่ามา ครั้นวันหลังหมาป่ามาจริง ร้องตะโกนอย่างไรก็ไม่มีใครมาช่วย เพราะเขาคิดว่าคงจะถูกหลอกเหมือนคราวก่อน นี่แหละ เจ้าอย่าหัดเป็นคนพูดปด จะไม่มีใครเชื่อถือเหมือนเด็กเลี้ยงแกะ จำได้นะ ปิติ"

ปิติกราบขอโทษยายแล้วว่า "ครับยาย ผมจะจำไว้ จะไม่พูดจาเหลวไหลหลอกใครอีกต่อไป"

"ดีแล้ว" ยายพูด "ไปกินข้าวกันเถอะ จะได้รีบทำงาน"

(๒)

วีระนั่งผสมปุ๋ยอยู่บนแคร่ใต้ต้นขนุนในสวนหลังบ้าน เจ้าจ๋อจอมซนขึ้นไปนั่งทำท่าสง่าอย่างสบายใจอยู่บนต้นฝรั่ง มันนั่งสงบเสงี่ยมอยู่ได้ไม่นานก็ขย่มกิ่งไม้เล่น พอมันเห็นปิติเดินมาก็เขย่ากิ่งฝรั่งร้องเจี๊ยก ๆ บอกให้วีระรู้

ปีติกับวีระทักทายกันอย่างสนิทสนม แล้วปีติแหงนหน้าขึ้นไปทักเจ้าจ๋อ วีระขยับที่ให้ปีตินั่ง เขามองเห็นรอยถลอกที่ขาปีติ จึงถามว่าเป็นอะไร ปีติถลกขากางเกงให้ดูรอยถลอกแล้วบอกว่า "เผอิญระหว่างทางฉันเจอขบวนแห่นาค มีคนหนึ่งรำฉวัดเฉวียนเข้ามาใกล้ ฉันรีบหลบเลยลื่นไถลลงข้างถนน หนามจึงเกี่ยวเอา พอไม่มีเจ้าแก่ฉันต้องโดนหนามและเดินเหนื่อยจนเหงื่อหยดอย่างนี้แหละ"

ปีติมองดูถังปุ๋ยแล้วพูดว่า "เธอกำลังผสมปุ๋ย ฉันมาทำให้เธอเสียงานหรือเปล่าวีระ"

"เปล่า" วีระรีบปฏิเสธแล้วถามว่า "เธอมาหาฉัน ขออนุญาตยายหรือเปล่าล่ะ"

"ขอซี ยายยิ่งว่าฉันพูดจาเหลวไหลอยู่ด้วย เมื่อวานฉันทำตลกหลอกยายว่ามีดบาดมือ นึกว่ายายจะสนุก แต่ยายสรุปว่า ฉันทำตัวเป็นเด็กเลี้ยงแกะ"

วีระหัวเราะ เขาหันไปเห็นเจ้าจ๋อกำลังลงจากต้นฝรั่ง จึงพยักหน้าเรียกให้มันขึ้นมาบนแคร่ แล้วส่งไม้สำหรับคนปุ๋ยให้มัน เจ้าจ๋อสมัครใจจะเล่นซนอยู่แล้ว จึงคว้าไม้จากวีระใส่ลงในถังปุ๋ย กระแทกขึ้นลงถี่ยิบ เด็กทั้งสองพากันหัวเราะ

"เห็นเจ้าจ๋อแล้วฉันยิ่งคิดถึงเจ้าแก่ วีระช่วยหาสัตว์เลี้ยงให้ฉันสักตัวเถอะนะ" ปีติบอก

"ฉันก็พยายามอยู่ตลอดเวลาตั้งแต่เจ้าแก่ตาย ยังไม่รู้จะหาสัตว์อะไรให้เธอเลี้ยง" วีระพูด

พอดีลุงของวีระเดินเข้ามาในสวน ถือองุ่นมาพวงใหญ่ ปีติพนมมือไหว้ "สวัสดีครับคุณลุงไปไหนมาครับ"

"ไปที่สหกรณ์การเกษตรมาจ้ะหลาน เขามีงานฉลองป้าย ลุงยังพบพ่อของหลานเลย" ลุงตอบแล้วส่งองุ่นให้วีระกับปีติ เด็กทั้งสองยกมือไหว้ขอบคุณแล้วรับมา

"ครับ เมื่อเช้าพ่อบอกแม่ว่าจะไปสหกรณ์ ให้แม่ไปนาก่อน ป่านนี้พ่อก็คงกลับบ้านแล้ว"

"คงจะกลับแล้ว เมื่อตอนที่ลุงมา เห็นทยอยกลับกันหลายคน"

ลุงเหลือบไปเห็นเจ้าจ๋อก็หัวเราะ "นั่น วีระเขาได้พนักงานผสมปุ๋ยแล้วหรือ" ทุกคนพากันหัวเราะ เจ้าจ๋อหันมาพยักหน้าชอบใจ คิดว่าลุงสนับสนุน มันยิ่งคึกคะนอง เร่งคนเร็วขึ้นจนตัวเซไปมา วีระต้องพยุงไว้กลัวมันจะล้ม ไม่ช้าเจ้าจ๋อก็เหนื่อยจึงโยนไม้ทิ้งลงนอนเหยียดยาว

วีระโยนลูกองุ่นให้มันเป็นรางวัล เจ้าจ๋อนอนอยู่รับไม่ถนัด ลูกองุ่นจึงตกลงในถังปุ๋ย เจ้าจ๋อเองก็จะหล่นตามลงไปด้วย โชคดีที่มันเป็นสัตว์ว่องไว คว้าแคร่ไว้ได้ทัน วีระตกใจจนหน้าซีด ปีติหน้าสลดกลัวเจ้าจ๋อจะตกลงไป พอเห็นเจ้าจ๋อขึ้นมานอนเอกเขนกอยู่อย่างเดิมก็โล่งอก เด็กทั้งสองพากันหัวเราะชอบใจ

"นี่ถ้ามันตกลงไปคงแย่นะ ในปุ๋ยอาจมีพยาธิก็ได้" วีระว่า

"ไม่มีแน่ เพราะไม่ใช่ปุ๋ยคอก แต่เจ้าจ๋อลิงแสมลูกสมุนของวีระมันไวยังกับปรอทไม่ต้องกลัวว่ามันจะตก" ลุงพูดแล้วหันมาถามปีติว่า "ปีติมาเที่ยวหรือมีธุระอะไร"

"ผมมาเที่ยวครับ และอยากให้วีระช่วยหาสัตว์เลี้ยงให้ผมแทนเจ้าแก่ด้วย" ปีติตอบ

"เออจริงซีนะ ปีติคงเหงา วีระช่วยปีติหน่อยนะหลาน" ลุงพูด วีระรับคำเป็นมั่นเหมาะ ทำให้ปีติดีใจจนหน้าบาน

ศัพท์และวลีในบทอ่าน

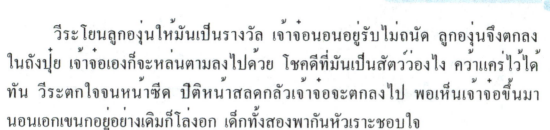

ขัน	（鸡）啼，	ปลุก	唤醒
	（鸟）鸣	ผ้าคลุมหน้า	围脸遮阳光用
ข้าวปลาอาหาร	饭菜的统称		的布
กรอก	灌	แคร่	竹榻
มะปราง	波漆树	โผล่	伸出，探出
คราด	耙子	กระแทก	猛击，猛撞，
ก้อนกรวด	小石块		猛敲
กระเด็น	溅	เกรงว่า	担心，怕
ตกกล้า	育秧	รำคาญ	烦，厌烦
เปลี่ยนใจ	改变主意	ครั้น	当......时候
ประแป้ง	擦粉，抹粉	พระอาทิตย์	太阳
ทอแสง	放射光芒	เรื่อเรื่อง	淡淡的（光）
ฝูง	群	เป็นหมู่	成群的

ไม่ขาดระยะ	不断的
เกสร	花蕊
สำราญใจ	愉快
ขัดใจ	违背（意志）
เหงา	寂寞
ลูกม้า	幼马
กระจาย	扩散开
หยวกกล้วย	香蕉树干去除外皮后的部分
กระฉับกระเฉง	灵敏，敏捷
เปียกโชกไปทั้งตัว	浑身湿透
ลั่น	大声作响，巨响
ปราดเข้าไป	急急地冲向，扑向
หลอกลวง	欺骗
ประจบ	讨好
เอะอะ	吵闹，喧哗
ไม้	棍子
ขัน	好笑
หน้าตื่น	惊慌失色
พูดปด	说谎
เชื่อถือ	信任
ซน	调皮
สง่า	轩昂，威武
สงบเสงี่ยม	安安静静
เกลือกกลั้ว	麇集
ดอกบัว	荷花
ต้นมะยม	一种二列叶的树
สัญญา	许诺
ก่อไฟ	生火
หั่น	切
คว้า	顺手抓取，攫取
กระจาด	扁形的箩
เปียก	湿
เฉือน	切，割，剐
สะบัด	甩动
หน้าเบ้	哭丧着脸
เจ้า	你（长辈对晚辈用）
กอด	拥抱
พูดจาเหลวไหล	胡说八道
หมาป่า	狼
ซ้ำ	而且还，更有甚者
หัด	学（某种技巧）
ผสม	掺和，混合
จอมซน	调皮头子
ต้นฝรั่ง	番石榴树
ขย่ม	上下踩动

บทที่ ๑๓ ลอยกระทง

เขย่า	摇动	ร้องเจี๊ยก ๆ	猴叫声
สนิทสนม	亲密的	แหงนหน้า	抬头
ขยับ	挪动身子	ถลอก	擦伤
ถลก	卷起（衣袖、裤腿）	เผอิญ	恰巧，偶然
		ขบวน	队伍
แห่	结队游行	นาค	削发准备为僧者
ฉวัดเฉวียน	摇摇摆摆，跌跌撞撞	ลื่น	滑
ไถล	失足，滑倒	หนาม	刺
โดน	碰，挨	เสียงาน	误事
ปฏิเสธ	否认	อนุญาต	允许，许可
ตลก	滑稽	เล่นตลก	耍活宝，开玩笑
สรุป	归纳，总结		
พยักหน้า	点头	คน	搅拌
ถี่	频繁	....ยิบ	形容频繁的副词
องุ่น	葡萄		
พวง	串，串状	พนมมือ	双手合十
การเกษตร	农业	ทยอย	陆续，纷纷
เหลือบ	斜看	สนับสนุน	支持
คึกคะนอง	放纵，来劲	เร่ง	加速
เซ	歪，斜	พยุง	扶
เหยียดยาว	伸直身子躺着	ไม่ถนัด	不顺手
หล่น	掉落	หน้าซีด	（吓得）脸色发白
หน้าสลด	脸色苍白		
เอกเขนก	用手撑头侧躺着	โล่งอก	松口气
พยาธิ(พะ-ยาด)	寄生虫	ปุ๋ยคอก	圈肥
ลิงแสม	猴的一种	ลูกสมุน	喽啰，走卒

ไว	敏捷
ไวยังกับปรอท	比喻速度极快，极其灵敏
หน้าบาน	笑容满面
ปรอท(ปะ-หรอด)	水银；灵敏
มั่นเหมาะ	坚定的，十分肯定的

บทที่ ๑๔ ร้านค้าต่าง ๆ ในกรุงเทพฯ

  ในกรุงเทพฯ มีร้านค้าหรือร้านขายของทุกชนิด มีทั้งร้านเล็กและร้านใหญ่ มีทั้งร้านขายของกินและของใช้ มีทั้งร้านขายของเฉพาะอย่างและร้านขายของหลาย ๆ อย่าง

  ร้านหนังสือ มีหนังสือขายหลายประเภท เช่นหนังสือเรียนหรือตำรา หนังสือคู่มือ หนังสืออ่านเล่น หนังสือเด็ก ภาพการ์ตูน เป็นต้น บางร้านมีนิตยสารและหนังสือพิมพ์รายวันขายด้วย

  ร้านอาหาร มีทั้งร้านอาหารไทย ร้านอาหารจีน และร้านอาหารฝรั่ง บางร้านขายเฉพาะอาหารไทย อาหารจีน หรืออาหารฝรั่งอย่างเดียว บางร้านขายทั้งอาหารไทย อาหารจีน และอาหารฝรั่ง ร้านอาหารทุกร้านจะมีขนม ผลไม้ และเครื่องดื่มขายด้วย

  ร้านเครื่องดื่ม ร้านเครื่องดื่มในกรุงเทพมักจะขายเครื่องดื่มเย็น ๆ เช่น ไอศกรีม กาแฟเย็น นมเย็น น้ำส้มคั้น โค้ก เป็นต้น ร้านเครื่องดื่มมักจะมีผลไม้แช่เย็นขายด้วย

  ร้านอาหารสด คือร้านที่ขายของสดสำหรับทำอาหาร เช่นเนื้อ หมู ไก่ กุ้ง ปลา และผักต่าง ๆ ร้านอาหารสดหลาย ๆ ร้านที่อยู่ในบริเวณเดียวกันเรียกว่าตลาดสด ผู้คนมักจะไปจ่ายตลาดหรือไปซื้อกับข้าวที่ตลาดสดนี้ เพราะที่นี่มีอาหารสดขายแทบทุกอย่าง

  ร้านขายยา มีอยู่ทั่วไป เราจะหาซื้อยารักษาโรคได้แทบทุกชนิด ทั้งยากิน ยาทา ยาฉีด ยาบำรุง และวิตามินต่าง ๆ เป็นต้น คนที่ป่วยนิด ๆ หน่อย ๆ เช่นปวดหัว ปวดฟัน ปวดท้อง เป็นหวัด อะไรเหล่านี้ มักจะไปซื้อยากินเอง เพราะไม่ต้องไปโรงพยาบาลให้เสียเวลาและเสียเงินโดยไม่จำเป็น

  ร้านเครื่องสำอาง คือร้านที่ขายแป้ง ครีม น้ำหอม ลิปสติก เป็นต้น สิ่งเหล่านี้ดูเหมือนจะเป็นสิ่งที่สตรีส่วนมาก โดยเฉพาะสตรีในเมืองจะขาดเสียมิได้

  ร้านขายผ้า ประเทศไทยมีร้านขายผ้าอยู่ทั่วไป บางร้านมีเสื้อผ้าสำเร็จรูป เช่นเสื้อสำเร็จรูป กระโปรงสำเร็จรูปขายด้วย

ร้านเครื่องไฟฟ้า นอกจากเครื่องใช้ไฟฟ้าชิ้นเล็ก ๆ เช่นถ่านไฟฉาย หลอดไฟฟ้า โป๊ะไฟฟ้า สายไฟฟ้าแล้ว ยังมีเตารีด พัดลม เตาอบ ตู้เย็น เครื่องซักผ้า ไมโครเวฟ เครื่องดูดฝุ่นและอื่น ๆ อีกด้วย

ร้านเครื่องเสียง ขายเครื่องเล่นเทป เครื่องรับวิทยุ เครื่องรับโทรทัศน์ เครื่องวีดีโอ เครื่องซีดีหรือดีวีดีชนิดต่าง ๆ มากมาย

ร้านเครื่องเรือน ก็มีโต๊ะเครื่องแป้ง โต๊ะอาหาร โต๊ะทำงาน โซฟา ตู้ เตียง และของอื่น ๆ ให้เราเลือกซื้อได้หลายอย่าง

ร้านเครื่องเหล็ก ขายของใช้ต่าง ๆ ที่ทำด้วยเหล็ก เช่นมีด กรรไกร ท่อน้ำ คีม ค้อน ตะปู ลวด และสกรูต่าง ๆ

ดีพาร์ทเมนต์สโตร์ หรือ ห้างสรรพสินค้า คือห้างใหญ่ที่ขายของนานาชนิด ตั้งแต่ของเล็ก ๆ จนกระทั่งของใหญ่ เช่นเสื้อผ้า เครื่องสำอาง เครื่องเขียน เครื่อง-ครัว เครื่องกระป๋อง เครื่องเสียง เครื่องไฟฟ้า เครื่องถ่ายวิดีโอ กล้องถ่ายรูป เป็นต้น

ร้านขายของอีกอย่างหนึ่งที่เรียกว่า**ซุปเปอร์มาร์เก็ต** คือร้านที่วางของปิดราคาไว้ให้ผู้ซื้อเลือกหยิบเอาเอง เมื่อได้ของที่ต้องการแล้ว ก็นำของนั้นไปชำระเงินที่เคาน์เตอร์ชำระเงิน ซุปเปอร์มาร์เก็ตใหญ่ ๆ จะมีข้าวของต่าง ๆ มากมายเช่นเดียวกับห้างสรรพสินค้าหรือดีพาร์ทเมนต์สโตร์ บางแห่งมีอาหารสดขายด้วย

อนึ่ง นอกจากร้านค้าหรือร้านขายของดังกล่าวแล้ว ยังมีร้านบริการต่าง ๆ เช่นร้านตัดผม ร้านตัดเสื้อ ร้านเสริมสวยให้บริการแก่คนทั่วไปด้วย

รูปประโยคและการใช้คำ

๑. ....แทบ.... 几乎，（差不多）快……。多用于不如意的事情。但是有时为了强调无例外这种情况，非不如意的事情也可用**แทบ....**，并多以**แทบทุก....**的形式出现。

ตัวอย่าง ๑ วันนี้ร้อนแทบแย่
เจ็บแทบร้องไห้

บทที่ ๑๔   ร้านค้าต่าง ๆ ในกรุงเทพฯ

แบบฝึกหัด   จงเลือกใช้"เกือบ"กับ"แทบ"เติมลงในช่องว่างของประโยคต่อไปนี้
ให้ได้ความสมบูรณ์ （将"เกือบ"或"แทบ"填入下列句子中，使句子意思完整。）

๑) รถแน่น_____หายใจไม่ออก
๒) วันนี้เหนื่อย_____ตาย
๓) หมู่นี้ยุ่งจน_____ไม่มีเวลากินข้าว
๔) ปวดหัว_____แย่
๕) เราไม่ได้พบกัน_____๒ เดือนแล้ว
๖) ถ้วยแก้วทั้งโหลตกดินแตก_____หมด
๗) ฉันกับเขาพูดกัน_____ไม่รู้เรื่อง
๘) เราเรียนภาษาไทยมา_____๑ ปีแล้ว
๙) บทนี้มีศัพท์_____๒๐๐ คำ
๑๐) แกอ้วนเสียจนฉัน_____จำไม่ได้

ตัวอย่าง ๒   สอบได้ดีแทบทุกคน
ร้านนี้มีของขายแทบทุกชนิด

แบบฝึกหัด   จงใช้คำว่า"แทบ"แทนคำว่า"เกือบ"ในประโยคต่อไปนี้

๑) เขามาหัดสนทนากับฉันเกือบทุกวัน
๒) เขาไปว่ายน้ำเกือบทุกวัน
๓) สอบได้เกรด เอ เกือบทุกคน
๔) เขาจำได้เกือบทุกคำ
๕) สมชัยจำชื่อเพื่อนได้เกือบทุกคน

สนทนา   (คุยกันระหว่างเฉินชางกับเหลียงอี้)

เฉินชาง   เมื่อคืนร้อนแทบแย่

เหลียงอี้　ใช่ อี้นอนไม่หลับแทบตลอดทั้งคืนเลย
เฉินชาง　เราก็เหมือนกัน เหงื่อซึมอยู่ตลอดเวลา
เหลียงอี้　วันนี้อี้เห็นเพื่อน ๆ เพลีย ๆ กันแทบทุกคน

๒. ตั้งแต่....　从……。介词，说明从何时、何地、何处开始，常与 **"จนถึง"** 或 **"จนกระทั่ง"** 搭配使用，成为 **"ตั้งแต่....จนถึง...."** 或 **"ตั้งแต่....จนกระทั่ง...."**，都是"从……到……"的意思。**"ตั้งแต่....จนถึง...."** 可用于时间也可用于地点，**"ตั้งแต่....จนกระทั่ง...."** 可用于时间，也可用于程度、地位等等方面，但一般不用于地点，如果用于地点，则在 **"จนกระทั่ง"** 后还需加 **"ถึง"**。

ตัวอย่าง ๑　เขาไปตั้งแต่เช้า
มานะเป็นคนขยันมาตั้งแต่เล็ก
เขาอยู่กับลุงมาตั้งแต่อายุ ๓ ขวบ

แบบฝึกหัด ๑　จงตอบคำถามต่อไปนี้โดยใช้รูปประโยค"....ตั้งแต่.... "（用"....ตั้งแต่.... "句型回答下列问题。）

๑) คุณอยู่ปักกิ่งมาตั้งแต่ปีไหนครับ
๒) เธอเข้าโรงเรียนตั้งแต่กี่ขวบ
๓) อาจารย์ให้ทบทวนตั้งแต่ต้นหรือตั้งแต่บทไหน
๔) เธอชอบเล่นฟุตบอลมา(ตั้ง)แต่เมื่อไร
๕) ฝนตกตั้งแต่เมื่อไรก็ไม่รู้

แบบฝึกหัด ๒　จงเติมคำลงไปในช่องว่างให้ได้ความตามตัวอย่าง（仿照例句在下面句子中填空。）

๑) เขาไม่สบายมา_____อาทิตย์ที่แล้ว
๒) ฉันเห็นเขามา_____(เขา)ยังเล็ก ๆ

๓) เขาอภิปรายกันมา_____วันจันทร์ จนกระทั่งวันนี้ยังไม่เสร็จเลย
๔) ปากกาด้ามนี้ฉันใช้มา_____ฉันยังเป็นนักเรียนม.๑
๕) เขาเป็นทหารมา_____อายุ ๑๘

ตัวอย่าง ๒ ฉันรอเขาตั้งแต่เช้าจนกระทั่ง ๑๑ โมง
ผมเรียนภาษาไทยมาตั้งแต่ปีกลายจนกระทั่งเดี๋ยวนี้เป็นเวลาเกือบปีแล้ว
ทุกคนนับตั้งแต่ชาวบ้านธรรมดา ๆ จนกระทั่งผู้นำของรัฐบาลต่างต้องปฏิบัติตามกฎหมาย

แบบฝึกหัด จงเติมคำลงไปในช่องว่างให้ได้ความตามตัวอย่าง（仿照例句在下面句子中填空。）

๑) เขาทำงานในมหาวิทยาลัยนี้มา_____ปี ๑๙๘๐_____เดี๋ยวนี้
๒) ชางชอบเล่นกีตาร์มา_____ยังเล็ก ๆ_____เดี๋ยวนี้
๓) ปากกาด้ามนี้ฉันใช้มา_____ฉันยังเป็นนักเรียนม.๑_____เดี๋ยวนี้
๔) เขาว่ายน้ำทุกวัน_____ต้นฤดูร้อน_____ต้นฤดูหนาว
๕) ฉันเห็นเขาเข้ามาอ่านหนังสือในหอสมุด_____เช้า_____เที่ยง
๖) หิมะตก_____เมื่อวานซืน_____เช้าวันนี้
๗) เขาชอบอ่านหนังสือแทบทุกชนิด_____การ์ตูน_____หนังสือวิชาการ
๘) ร้านนี้มีของขายทุกชนิด_____ของเล็ก ๆ เช่นด้าย เข็มเป็นต้น_____เครื่องเรือนชิ้นใหญ่ ๆ

ตัวอย่าง ๓ เราเดินตั้งแต่มหาวิทยาลัยปักกิ่งจนถึงจัตุรัสเทียนอันเหมิน
เขาแข่งหมากล้อมตั้งแต่ตอนสายจนถึงตอนค่ำ

แบบฝึกหัด จงเติมคำลงไปในช่องว่างให้ได้ความตามตัวอย่าง（仿照例句在下面句子中填空。）

๑) เขาคุยกัน_____เช้า_____เที่ยง

๒) คุณป้าเลี้ยงเรามา_____เราอายุ ๓ ขวบ_____เราเข้ามหาวิทยาลัย

๓) เขาเดิน_____มหาวิทยาลัย_____สวนอี๋เหอหยวน

๔) ฉันยืน(ในรถเมล์)_____สวนสัตว์_____สถานีรถไฟ

๕) ฉันหาพจนานุกรม_____หน้าแรก_____หน้าสุดท้ายก็ไม่เจอคำนี้

๖) รถวิ่ง_____สนามบิน_____มหาวิทยาลัยเราจะใช้เวลาประมาณเท่าไหร่

๗) ฝนตก_____เที่ยง_____๒ ยาม

๘) โปรดอ่าน_____บรรทัดที่ ๒_____บรรทัดสุดท้าย

สนทนา (คุยกันระหว่างหลี่เวย์กับเฉินชาง)

หลี่เวย์	ลี่เขาขยันดีนะ
เฉินชาง	อือ เขาขยันมาตั้งแต่เทอมที่ ๑ แล้ว
หลี่เวย์	เล็กเห็นเขาหัดออกเสียงตั้งแต่เช้ามืดทุกวัน
เฉินชาง	ชางก็เห็นเขาไปทบทวนในห้องสมุดตั้งแต่หัวค่ำจนกระทั่งดึกทุกคืน
หลี่เวย์	เขาท่องบทเรียนได้ทุกบทตั้งแต่บทแรกจนถึงบทสุดท้าย
เฉินชาง	เราควรเอาอย่างเขานะ

บทที่ ๑๔ ร้านค้าต่าง ๆ ในกรุงเทพฯ

ข้อสังเกต

๑. มีทั้งร้านขายของเฉพาะอย่างและร้านขายของหลายอย่าง
บางร้านขายเฉพาะอาหารไทย อาหารจีน หรืออาหารฝรั่งอย่างเดียว

เฉพาะ 在这两个句子中是"专门的"、"特定的"的意思。如："ร้านนี้ขายเฉพาะของเก่า"（这家商店专卖旧货），"เขาลดราคาเฉพาะ ๒ วันนี้เอง"（人家就这两天降价）。本课中的"ร้านขายของเฉพาะอย่าง"是"专卖某些商品的商店"的意思，"บางร้านขายเฉพาะอาหารไทย"是"专卖泰式菜的饭馆"的意思。"เฉพาะ"的这个用法与第五课中学的"แต่"相似，但是"แต่"是"限定于"的意思，更具有排他的意义。如บางร้านขายแต่อาหารไทย意思是只售泰式饭菜（不售别的），ร้านนี้ขายแต่ของเก่า意思是只售旧货（或古董）（不售别的）。

๒. .....คือร้านใหญ่ที่ขายของนานาชนิด

นานา与"ต่าง ๆ"同义，但นานา用在名词之前，ต่าง ๆ用在名词之后。นานา的使用范围较窄，并多用于书面语。如：นานาชาติ นานาประเทศ นานาประการ等。这些词中的นานา都可以用ต่าง ๆ代替。

๓. ร้านที่วางของปิดราคาไว้ให้ผู้ซื้อเลือกหยิบเอาเอง........

此处的เอา不是动词"拿"，而是表示获取意义的趋向动词。

แบบฝึกหัด

๑. จงเล่าสภาพร้านค้าชนิดต่าง ๆ ในปักกิ่งให้ฟัง และจงเปรียบเทียบดูว่า ร้านค้าในปักกิ่งกับในกรุงเทพฯมีส่วนที่เหมือนหรือต่างกันอย่างไรบ้าง

๒. จงทบทวนและหัดใช้วลีและรูปประโยคต่อไปนี้ให้ได้

ทั้ง....และ....   .....จะขาดเสียมิได้
....ด้วย   มักจะ....

....ด้วย....	โดยเฉพาะ....
....สำหรับ....	นอกจาก....แล้ว ยัง....อีกด้วย
....โดยไม่จำเป็น	เป็น....ที่....

๓. จงใช้คำว่า "แทบ" และ"ตั้งแต่"แต่งประโยคคำละ ๒ ประโยค

ศัพท์และวลี

ชนิด	种类	เฉพาะ	光，仅，专为
ประเภท	类，小类	ตำรา	教科书，经典
หนังสืออ่านเล่น	消遣类书籍	ภาพการ์ตูน	卡通，漫画，连环画
หนังสือพิมพ์รายวัน	日报		
ไอศกรีม	冰淇淋	กาแฟ	咖啡
นม	奶	คั้น	榨汁
โค้ก	可口可乐	แช่เย็น	冰镇
อาหารสด	生鲜食物	เนื้อ	肉；牛肉
กุ้ง	虾	บริเวณ	范围
บริเวณเดียวกัน	同一个范围	ตลาดสด	菜市场
จ่ายตลาด	上市场买菜	แทบ	几乎
ทา	涂，擦	ฉีด	喷射；注射
บำรุง	补养，滋补	วิตามิน	维生素
อะไรเหล่านี้	……什么的	เครื่องสำอาง	化妆品
แป้ง	粉	ครีม	面霜、油膏之类物品
น้ำหอม	香水		
ลิปสติค	口红	สตรี(สะ-ตรี)	妇女
สำเร็จรูป	现成的，做好了的	เสื้อผ้าสำเร็จรูป	成衣
		ขาดเสียมิได้	不可或缺

บทที่ ๑๔   ร้านค้าต่าง ๆ ในกรุงเทพฯ

เครื่องไฟฟ้า	电器	ถ่าน	炭；电池
ไฟฉาย	手电	หลอดไฟ(ฟ้า)	灯泡
โป๊ะไฟฟ้า	灯罩	สายไฟ(ฟ้า)	电线
เตา	炉子	เตารีด	熨斗
พัดลม	电扇	เตาอบ	烤箱
ตู้เย็น	冰箱	เครื่องซักผ้า	洗衣机
ไมโครเวฟ	微波炉	เครื่องดูดฝุ่น	吸尘器
เครื่องเสียง	音响器材	เครื่องรับวิทยุ	收音机
เครื่องรับโทร-		เครื่องวิดีโอ	录像机
ทัศน์	电视机	เครื่องเรือน	家具
โต๊ะเครื่องแป้ง	梳妆台	เหล็ก	铁
เครื่องเหล็ก	铁器, 五金	มีด	刀
	器具	ท่อน้ำ	水管
คีม	钳子, 镊子	ค้อน	锤子
ตะปู	钉子	ลวด	铁丝
สกรู	螺丝钉	ดีพาร์ทเมนต์สโตร์	百货公司
นานา	各种各样	เครื่องครัว	炊具, 烹调
เครื่องกระป๋อง	罐头, 罐头		用具
	食品	เครื่องถ่ายวิดีโอ	摄像机
กล้องถ่ายรูป	照相机	ซุปเปอร์มาร์เก็ต	超市
ชำระ	付（款）；还	เคาน์เตอร์	柜台
	（债）	เช่นเดียวกับ	如同......, 跟......
อนึ่ง	另外, 又, 再		一样
	者	ดังกล่าว	上述, 如上所
ตัดเสื้อ	裁制衣服		述
เสริมสวย	美容	ร้องไห้	哭
หายใจ	呼吸	เหงื่อ	汗
ซึม	渗	ตลอดเวลา	一直

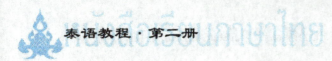

เพลีย	疲乏，困乏	ต้น	开头，头，初
ม.= มัธยมศึกษา	中学	ทหาร	军人
นับ	数，算	ผู้นำ	领导人
รัฐบาล(รัด-ถะ-)	政府	กฎหมาย	法律
วานซืน	前天	ด้าย	线
เข็ม	针	ล้อม	包围
หมากล้อม	围棋	สนามบิน	机场
๒ ยาม	午夜	บรรทัด	行
หัวค่ำ	傍晚，天擦黑时		

บทอ่านประกอบ

(๑)

เลิกเรียนแล้ว วีระแยกทางกับเพื่อน ๆ เดินกลับบ้านคนเดียว วันนี้จิตใจของเขาเบิกบาน เขาเดินพลางมองดูท้องฟ้าสีครามสดใส มีเมฆสีขาวดังใยสำลีลอยสลับ-ซับซ้อนอยู่ที่ขอบฟ้า ลมพัดเย็นสบาย ใบหญ้าเขียวชอุ่มข้างทางเอนลู่ตามลม ทางสายนี้ทอดยาวจากตัวอำเภอถึงชายทุ่งเชิงเขา ใคร ๆ มักจะพูดว่ามันเปลี่ยวจนน่ากลัว แต่วีระคุ้นกับทางสายนี้ตั้งแต่เล็กจนโต เขาจึงรู้สึกว่าระยะทางจากโรงเรียนถึงบ้านของเขาดูใกล้นิดเดียว และตามริมถนนมีบ้านของชาวสวนอยู่ห่างกันเป็นระยะ ๆ ทำให้หายเปลี่ยว ที่จริงวีระอยากจะมีเพื่อนไว้เดินคุยแก้เหงาสักคนหนึ่ง เขาเคยใฝ่ฝันว่าจะมีรถจักรยานสักคัน แต่เขาก็เตือนตัวเองว่า อย่าหลงใหลฟุ้งเฟ้อ เพราะเขาเป็นแต่เพียงเด็กจน ๆ อาศัยลุงอยู่ แม้ลุงจะรักใคร่เอ็นดูเขาสักปานใด เขาก็มิกล้าที่จะรบกวนลุงให้มากกว่านี้ เขาคิดว่าเขาควรพยายามหาเงินในทางสุจริต เพื่อซื้อจักรยานด้วยตน-เอง

พอใกล้จะถึงสวนของลุง วีระแลเห็นหญิงคนหนึ่งนั่งให้ลูกกินนมอยู่ใต้ต้นมะกอก มีลูกหญิงและลูกชายเล็ก ๆ หน้าตามอมแมมนอนหลับอยู่เคียงกัน ข้าง ๆ หญิงคนนั้นมีข้าวของเครื่องใช้เก่า ๆ วางเรียงรายอยู่ มีจาน ชามสังกะสี ช้อน ขวด-

น้ำปลา ถ้วยพลาสติก และมีหม้อข้าวใบใหญ่ขนาดเท่าบาตรพระกลิ้งอยู่ใบหนึ่ง มีลังใส่ของสองลัง ถัดมาเขาเห็นชายคนหนึ่งกับเด็กชายสองคน คนหนึ่งโตขนาดเดียวกับเขา ส่วนอีกคนหนึ่งเล็กกว่านิดหน่อย พวกเขากำลังช่วยกันใช้หญ้าคามุงหลังคากระท่อมเล็ก ๆ ซึ่งมีขนาดกว้างยาวประมาณสามเมตรอยู่อย่างขะมักเขม้น วีระจึงหยุดยืนดูแล้วถามว่า "น้าจะสร้างกระท่อมอยู่ตรงนี้หรือครับ" ชายคนนั้นหยุดทำงานหันมามองวีระอยู่ครู่หนึ่งแล้วหันกลับลงมือทำงานใหม่ ทำเหมือนคนใบ้ วีระจึงถามหญิงที่นั่งให้นมลูกอยู่ใต้ต้นมะกอกอีก หญิงนั้นเห็นวีระมีท่าทางเป็นมิตรก็ยิ้มให้พลางตอบเบา ๆ ว่า "ใช่" วีระนั่งลงใกล้ ๆ จึงเห็นว่าหญิงนั้นซูบซีด ลูก ๆก็ผอมเซียว เสื้อผ้าขาดกะรุ่งกะริ่ง มองส่วนใดก็มีแต่รอยปะรอยชุน วีระพูดว่า "น้ามีลูกห้าคน แต่สร้างบ้านเล็ก ๆ จะพออยู่หรือครับ"

"อยู่กันเบียดหน่อย พวกข้าเป็นคนจน สมบัติก็มีอยู่แค่นี้เอง กระท่อมเล็ก ๆ ก็พออยู่" หญิงนั้นตอบ

"บ้านของผมอยู่ในสวนใกล้ ๆ นี่เอง ผมอยู่กับญาติ มีลุงกับป้าสะใภ้และอากับอาสะใภ้ ผมชื่อวีระครับ"

หญิงคนนั้นมองดูวีระอย่างพิจารณา แล้วว่า "พวกข้าอพยพมาจากตำบลอื่นมาเร่ร่อนอยู่ที่นี่หกวันแล้ว เพิ่งมีเอ็งนี่แหละพูดดีกับข้าเป็นคนแรก ท่าทางเอ็งเป็นคนมีอัธยาศัยดี พวกข้าอดอยาก หากินฝืดเคือง เห็นที่นี่มีป่าพออาศัยเผาถ่านขายได้บ้าง จึงคิดสร้างกระท่อมอยู่ เอ็งคงจะมีอายุเท่า ๆ กับเจ้าเพชรลูกคนโตของข้าที่กำลังช่วยพ่อของเขาสร้างกระท่อมอยู่นั่นแหละ"

พอวีระรู้ว่าครอบครัวนี้จะมาอยู่เพื่อเผาถ่านขายก็หน้าเสีย คิดในใจว่าป่าแถบนี้น่าจะหมดคราวนี้เอง เขาควรจะรีบบอกให้ลุงรู้โดยรีบด่วน พอดีเพชรเดินเข้ามากระโชกถามวีระว่า "แกจะมาหาเรื่องกับพวกข้าหรือ พ่อกับแม่ของข้ามีบัตรประชาชนนะ"

"หยุดนะเจ้าเพชร เขาพูดดีกับแม่นะ ผิดกับคนที่มาถามเรื่องบัตรประชาชนนั่นมาก" แม่ของเพชรบอก เพชรจึงยิ้มกับวีระแล้วพูดเบา ๆ ว่า "นึกว่าแกมาขู่แม่ข้าเหมือนเจ้าคนก่อน ข้าจะชกเสียให้คว่ำ" แล้วเขาก็ทำงานต่อ

วีระนั่งดูเพชรทำงานอยู่ครู่หนึ่ง ก็ลาแม่ของเพชรกลับบ้าน เขาคิดว่าครอบครัวนี้คงเรียนหนังสือมาน้อย จึงพูดจาข้า เอ็ง แก วีระรู้สึกชอบเพชรมาก ถ้าเพชรเรียนหนังสือ เขาคงจะพูดฉัน เธอ และพูดจาเพราะหูกว่านี้

(๒)

วีระนั่งกินข้าวกลางวันกับมานะในโรงอาหาร ข้าวติดคอกลืนไม่ลงจึงมองหากาน้ำ ส่วนมานะกินข้าวพลางมองดูอีกา ซึ่งกำลังร้องอยู่บนต้นสักข้างโรงอาหาร วีระถามว่า "มานะเห็นกาไหม" มานะตอบว่า "นั่นอย่างไรล่ะ ร้องกา ๆ อยู่บนต้นสักไม่เห็นหรือ" วีระหัวเราะ "ฉันถามหากาน้ำ เธอบอกให้ฉันดูอีกา" เพื่อนที่นั่งกินข้าวอยู่ใกล้ ๆ พากันหัวเราะ เพื่อนคนหนึ่งพูดว่า "เมื่อวานซืนน้องของฉันร้องอึงขึ้นว่า แม่ผึ้งมา ฉันนึกว่าเขาเห็นแม่พึ่งจะมาเสียอีก ที่แท้ผึ้งบินมาฝูงใหญ่" ชูใจพูดว่า "ฉันก็เหมือนกัน อาบอกว่า หญ้าตายแล้ว ฉันตกใจนึกว่าย่าตาย ที่แท้หญ้าญี่ปุ่นที่อาปลูกไว้มันตาย" เพื่อน ๆ หัวเราะเสียงลั่น ครูไพลินนั่งกินข้าวอยู่โต๊ะถัดไปหันมามองนักเรียนจึงพากันเงียบ

พอกินข้าวเสร็จ วีระชวนมานะไปนั่งเล่นใต้ต้นหว้าริมสนามหน้าโรงเรียน เขาเล่าว่า เขามีเพื่อนใหม่ชื่อเพชร ครอบครัวของเพชรมีฐานะยากจนจึงอพยพเร่ร่อนเรื่อยมา พ่อของเขาคิดจะเผาถ่านขาย ลุงของวีระไม่อยากจะให้ใครทำลายป่า และปรารถนาดีต่อครอบครัวของเพชร จึงชวนมาเป็นลูกจ้างทำไร่องุ่น พ่อของเพชรตกลง เขาจึงพากันไปอยู่บ้านหลังเล็กในไร่ใกล้ ๆ เขตบ้านของวีระ เพชรเป็นลูกคนโต เขามีน้องสี่คน ไม่มีใครเรียนหนังสือเลย เพราะต้องเร่ร่อนไม่เป็นหลักแหล่ง เพชรอยากเรียนหนังสือ แต่พ่อของเขาขอให้ลุงไปแจ้งขอผ่อนผันที่อำเภอก่อน เพราะบ้านอยู่ไกลโรงเรียนมาก ตอนค่ำเพชรมาให้วีระสอนหนังสือให้ ลุงก็สนับสนุนและบอกเพชรว่า ถ้าอยากเรียนก็ต้องรีบเรียน เพราะเวลาไม่คอยท่า

วีระพูดว่า "ทีแรกเพชรพูดกระโชกโฮกฮาก กิริยาก็กระด้างไม่สุภาพ พอเขาเห็นฉันพูดและปฏิบัติต่อลุง เขาก็เอาอย่าง ลุงปรึกษากับป้าว่า จะให้ฉันอบรมมรรยาทให้เพชร เพราะดูท่าทางเขาฉลาดและความจำดี ถ้าได้คบกับคนดีก็จะพลอยดีด้วย ลุงว่าถ้าครอบครัวของเขาเดือดร้อนอะไร ก็จะช่วยเหลือ ถ้าเขาอยู่นานช่วยทำให้กิจการของลุงก้าวหน้า ลุงก็จะยกที่ดินบางส่วนให้ทำมาหากินไปชั่วลูกชั่วหลาน"

"ลุงของเธอให้เขาทำสัญญาเรื่องการทำงานไหม" มานะถาม

"ให้ทำซิ" วีระตอบ "แล้วลุงก็คอยกำกับเวลาเขาทำงานด้วยจนกว่าจะไว้ใจได้ นี่เขาเพิ่งมาอยู่ที่ไร่ลุงเมื่อวานนี้เอง ต้องสังเกตดูกันไปนาน ๆ"

"เธอต้องให้เขากินข้าวด้วยไหม" มานะซัก

"เขาหากินเอง ข้าวสารของเขาก็มี เมื่อเย็นวานนี้พ่อกับแม่ของเพชรไปที่เชิงเขา ฆ่าไก่ป่าตัวหนึ่งและหาหน่อไม้ได้หอบใหญ่ เพชรก็เอาเบ็ดไปตกปลาที่หนองได้หลายตัว เขาบอกฉันว่าได้ของกินมาก คุ้มค่าเหนื่อย ท่าทางพวกเขามีความสุขมาก เมื่อเช้านี้เขาเอาปลาย่างและแกงไก่ใส่หน่อไม้มาให้ที่บ้านฉันตั้งเยอะ"

ปีติ มานี ชูใจ สมคิดและดวงแก้วเดินเข้ามาหาวีระกับมานะ ปีติตรงเข้ามาต่อว่า "แอบมาเล่นอะไรกันสองคน ไม่ชวนพวกเราเลย ไหนว่าจะสามัคคีกัน เล่นอะไรก็เล่นด้วยกัน" มานะตอบว่า "วีระเล่าเรื่องเพชรให้ฉันฟัง" ชูใจทำตาโต ร้องขึ้นอย่างตื่นเต้นและประหลาดใจว่า "โอ้โฮ แหวนเพชรหรือสร้อยเพชร วีระโชคดีจริง เธอได้มรดกจากใครล่ะ แบ่งให้ฉันบ้างซิ" วีระหัวเราะ แล้วเล่าเรื่องชายเพชรให้เพื่อน ๆ ฟังอีก

ทุกคนต่างมีความคิดเห็นตรงกันว่า ในวันหยุดถ้าไม่มีธุระอื่น จะนัดกันไปช่วยสอนหนังสือให้เพชร และจะช่วยกันบริจาคเสื้อผ้าให้น้อง ๆ ของเพชรด้วย

วีระพูดว่า "เพชรเล่าให้ฉันฟังว่า เขาเคยหนีพ่อไปดูนักเรียนเรียนหนังสือ เขาชอบเวลานักเรียนเรียนเลขแล้วพากันท่องสูตรคูณ และอยากเตะฟุตบอลกับนักเรียนพวกนั้น แต่ถ้าพ่อรู้พ่อก็เฆี่ยนเขาทุกที เพราะพ่ออยากให้เขาช่วยทำงาน"

"เขามาเรียนหนังสือที่โรงเรียนของเราไม่ได้หรือวีระ เขาจะได้เป็นพรรคพวกเดียวกับเรา" มานีถาม

"เพชรอยากมาสมัครเข้าเรียน แต่เขาโตมากแล้ว และต้องช่วยพ่อแม่ทำงานเพื่อจะได้มีรายได้เพิ่มขึ้น พ่อของเขาพูดว่า ถ้ามีที่อยู่เป็นหลักแหล่ง เขาก็มีความประสงค์จะให้น้องของเพชรเรียนหนังสือทุกคน เพราะสมัยนี้คนไม่เรียนหนังสือสู้คนเรียนหนังสือไม่ได้"

"เธอคิดว่าเขาจะตั้งหลักฐานที่นี่ไหม" สมคิดถาม

"เขาพูดกับลุงว่าที่นี่อุดมสมบูรณ์หากินสะดวก มีที่กว้างขวางดีและไม่มีภัยอันตรายใด ๆ เขาจะรับจ้างลุงทำไร่ไปให้นานที่สุด ดูท่าเขาจะชอบลุงมาก ถ้าเป็นเช่นนี้ ฉันรับรองว่าเขาต้องตั้งหลักฐานอยู่ที่นี่แน่"

ดวงแก้วพูดว่า "ดีแล้วฉันจะโฆษณาให้เพื่อน ๆ รู้และใครมีหนังสือที่ไม่ใช้แล้วก็ให้เขาบริจาคให้เพชรบ้าง"

พอดีเสียงระฆังดังขึ้น ทุกคนจึงพากันไปเข้าห้องเรียน

ศัพท์และวลีในบทอ่าน

พลาง	一边……	สีคราม	深蓝色
สดใส	明朗，鲜艳	ใย	纤维
สำลี	棉	สลับซับซ้อน	复杂，重重
เขียวชอุ่ม	绿油油		叠叠
เอน	倾，斜	ลู่	弯，倾斜
ทอด	伸展	เชิงเขา	山脚
เปลี่ยว	偏僻	คุ้น	熟悉
ชาวสวน	园农	แก้เหงา	解闷
ใฝ่ฝัน	梦想	หลงใหล	沉迷
ฟุ้งเฟ้อ	得意忘形	รักใคร่	爱，爱护
เอ็นดู	怜爱	แม้จะ….สักปานใด	
สุจริต	清白，正当	ก็ไม่….	尽管多……也
แลเห็น	看见		不……
ต้นมะกอก	槟榔青树	มอมแมม	肮脏
เคียงกัน	并排挨着	เรียงราย	成排成行
สังกะสี	锌	พลาสติก	塑料
ขนาด	型号，大小	บาตรพระ	僧侣化缘用
กลิ้ง	滚		的钵
ลัง	（木或纸）箱	ถัด	接着，挨着
หญ้าคา	阔叶白茅草	มุง	盖（屋顶）
หลังคา	屋顶	กระท่อม	茅草屋
ขะมักเขม้น	积极的，专	ใบ้	哑巴
	心致志的	เป็นมิตร	友好
ซูบซีด	消瘦，苍白	ผอมเซียว	消瘦
ขาดกะรุ่งกะริ่ง	破破烂烂	ปะ	补

บทที่ ๑๔ ร้านค้าต่าง ๆ ในกรุงเทพฯ

ชุน	织补	รอยปะรอยชุน	补丁
ข้า	我（不文雅用法）	ป้าสะใภ้	婶子
		อาสะใภ้	婶子
พิจารณา	审视	อพยพ	迁移
เร่ร่อน	流浪，漂泊	เอ็ง	你（不文雅用法）
อัธยาศัยดี	有礼貌，待人友善	อดอยาก	饥饿
ฝืดเคือง	拮据，困难	หน้าเสีย	露出失望的神色
แถบนี้	这一带		
กระโชก	（说话）粗鲁	หาเรื่อง	找茬儿
บัตรประชาชน	身份证，公民证	ขู่	威胁
		ชก	（用拳）击
พูดจา	说话	อีกา	乌鸦
ต้นสัก	柚木	กา	壶；乌鸦
ร้องกา ๆ	（乌鸦）呱呱地叫	ร้องอึง	喧哗，吵闹
		ที่แท้	其实，原来
ต้นหว้า	南海蒲桃树	ปรารถนา	愿望
ลูกจ้าง	雇员，雇工	หลัง	栋（房屋的量词）
หลักแหล่ง	固定住处		
ผ่อนผัน	通融，宽容	คอยท่า	等待
โฮกฮาก	（形容说话粗鲁的象声词）	กิริยา	举止
		กระด้าง	生硬
		ปรึกษา	商量
อบรม	培养，训练	มรรยาท	礼貌
ความจำ	记性	คบ	交往，结交
พลอย	随着	กิจการ	事业
ยก	转让，赐予	ที่ดิน	土地
ทำมาหากิน	谋生	ชั่วลูกชั่วหลาน	子子孙孙

กำกับ	管理，监督	ไว้ใจ	信任
ฆ่า	杀	ไก่ป่า	野鸡
หอบ	抱	เบ็ด	鱼钩
ตกปลา	钓鱼	หนอง	池沼
คุ้ม	划算	ย่าง	烤
ต่อว่า	指责	แอบ	偷着
ไหนว่า....	不是说……吗？	ตื่นเต้น	兴奋，激动
ประหลาด	奇怪	แหวน	戒指
เพชร	钻石	สร้อย	项链
มรดก	遗产	ความคิดเห็น	意见，看法
บริจาค	捐献	เลข	算术
สูตรคูณ	乘法口诀	เตะ	踢
เฆี่ยน	鞭打，抽打	พรรคพวก	同伙
ความประสงค์	意愿，意图	หลักฐาน	基业，家业
กว้างขวาง	宽阔	รับจ้าง	受雇
รับรอง	担保，包管	โฆษณา	宣传
ระฆัง	钟		

词 汇 表

ก

กด	摁	6
กฎหมาย	法律	14
กรกฎาคม	七月	2
กรรไกร	=ตะไกร 剪刀	13
กรอบ	脆	
กระดิ่ง	铃	5
กระโดด	跳	2
กระทง	水灯	5
กระทรวง	部	5
กระทรวงการ 　ต่างประเทศ	外交部	5
กระทั่ง	=จนถึง	12
กระโปรง	裙子	7
กระแส	潮，潮流	5
กระแสน้ำ	水流	5
กริ่ง	铃	4
กริ๊ง ๆ	（铃声）	4
กรุงเทพฯ	曼谷	2
กล้วย	香蕉	13
กล้องถ่ายรูป	照相机	14
กลอน	诗	9
กลับ	反而，却	8
กลาง	中间	9
กลางทาง	中途，半路上	12
กลางภาค	期中	9
กล่าว	说，讲	10
กลีบ	（花）瓣;（云）朵	12
กลีบเมฆ	云朵，云彩	12
ก๋วยเตี๋ยว	粿条，米粉	1
กวางตุ้ง	广东	8
ก๊อกน้ำ	水龙头	6
ก่อนนี้	=ก่อนหน้านี้	11
ก่อนหน้านี้	此前	11
กะ	估计	5
กันยายน	九月	2
กับข้าว	菜肴	1
กาแฟ	咖啡	14
การคมนาคม	交通（事业）	4
การบิน	航空	5
การปฏิบัติ	实践	11
การศึกษา	教育	10
ก้าว	迈步；步	11
ก้าวหน้า	进步	11
กำแพง	围墙	4
กำแพงเมืองจีน	长城	4
กำหนด	规定；期限	7
กึกก้อง	轰响	12

211

กึ่ง	半	10
กุ้ง	虾	14
กุญแจ	钥匙	10
กุมภาพันธ์	二月	2
กุหลาบ	玫瑰	10
กุยช่าย	韭菜	1
กู้	救（起）	13
เก๋	漂亮，入时	9
เก็บเกี่ยว	收割	2
เก็บหน่วยกิต	拿学分, 攒学分	9
เกรด	等级	11
เกลือ	盐	1
เกิน	超过	9
เกินไป	太，过分	4
เกี่ยวกับ	关于	13
เกี๊ยว	饺子	1
แก่	（茶）浓	3
แก่	给（介词）	12
แก้	解决	1
แก้	改	2
แก้ตก	解决了	1
แกง	汤菜	1
แกงเขียวหวาน	（泰式）青辣汤菜	8
แกงจืด	（中国式的）菜汤	1
แก้ว	宝珠；水晶；玻璃	12
แก้วมณี	红宝珠	12
โกรธ	生气	10
ไก่	鸡	1

ข

ขนมจีบ	烧麦	8
ขนมปัง	面包	1
ขบวน	列	4
ขม	苦	1
ขยายตัว	膨胀；增长	11
ขวบ	岁（一般1至10岁用）	5
ขวา	右	4
ขวามือ	右边	5
ขว้าง	掷	12
ขวาน	斧子	12
ขอ	讨，乞求	12
ขอลา	请假	6
ขอลาป่วย	请病假	6
ข้อความ	（某一段）内容	1
ข้อมูล	资料	9
ของขวัญ	礼物	9
ของวิเศษ	宝物	12
ของเหลว	流质物品	5
ขอบใจ	＝ขอบคุณ	3
ข้าง	旁边	5
ขาดทุน	亏本	8
ขาดเรียน	缺课	1
ขาดเสียมิได้	不可缺少的	14
ข้าม	越过，跨	5
ข่าว	消息	1
ข้าว	稻米	3

ข้าวเจ้า	稻米	5
ข้าวต้ม	粥，稀饭	1
ข้าวโพด	玉米	5
ข้าวฟ่าง	谷子，小米	5
ข้าวผัด	炒饭	8
ข้าวราด	盖饭	8
ข้าวสวย	米饭	1
ขึ้นใจ	（记）牢	9
ขึ้นปีใหม่	过新年	3
เขต	地区	10
เข็ม	针	14
เข้มงวด	严格	9
เขา	山	11
เข้างาน	上班	4
เข้าเมือง	进城	1
เขียว	绿	5
แขวน	挂	6
ไข่	蛋	1
ไข่ไก่	鸡蛋	1

ค

คณบดี(คะ-นะ-บอ-ดี)	院长	10
คดเคี้ยว	（道路）弯曲	5
คนงาน	工人	5
คนแปลกหน้า	陌生人	4
คนละไม้คนละมือ	一人帮一点忙，大家都出点力	10
คนละเรื่อง	两码事	10
ค้นหา	寻找，搜寻	9
คมนาคม(คะ-มะ-นา-คม)	交通	4
ครบ	齐	1
ครอบครัว	家庭	9
ครีม	面霜、油膏之类物品	14
ครึ้ม	天阴	2
ครึ้มฝน	阴云密布	2
คล้ายกัน	相似	8
คลื่น	浪头	13
ความจริง	事实	8
ความดี	好事，善举，功德	11
ความเป็นอยู่	生活，生活状况	12
ความรัก	爱情	11
ความรู้	知识	11
ความรู้สึก	感觉	10
ความสุข	幸福	1
ควาย	水牛	5
คว่ำ	翻	13
คอนเสิร์ต	音乐会	11
ค้อน	锤子	14
คอมฯ	=คอมพิวเตอร์	11
คอมพิวเตอร์	计算机，电脑	9
คัดชื่อออก	开除	9
คั้น	榨汁	14
ค่า	价值	1
คาด	预料，推测	10

คำเตือน	提醒的话，警语	5
คำบอก	口授的词语	5
คำรายงาน	报告	10
คีม	钳子，镊子	14
คือ	是，即	10
คุณธรรม	品德	11
(หนังสือ)คู่มือ	工具书	9
เค็ม	咸	1
เครื่องกระป๋อง	罐头，罐头食品	14
เครื่องครัว	炊具，烹调用具	14
เครื่องซักผ้า	洗衣机	14
เครื่องดื่ม	饮料	5
เครื่องดูดฝุ่น	吸尘器	14
เครื่องถ่ายวิดีโอ	摄像机	14
เครื่องโทรศัพท์	电话机	6
เครื่องนุ่งห่ม	衣服，穿的	10
เครื่องไฟฟ้า	电器	14
เครื่องมือสื่อสาร	通信工具	6
เครื่องรับโทรทัศน์	电视机	14
เครื่องรับวิทยุ	收音机	14
เครื่องเรือน	家具	14
เครื่องวิดีโอ	录像机	14
เครื่องสำอาง	化妆品	14
เครื่องเสียง	音响器材	14
เครื่องเหล็ก	铁器，五金器具	14
เคลื่อนไหว	活动	10
เคารพ	尊敬	12
เคาน์เตอร์	柜台	14
แค่นี้	就这些，仅这些	6
แค่ไหน	多……？（置于形容词之后）	5
โค้ก	可口可乐	14
โคลงเคลง	摇晃，晃荡	13

ฆ

| ฆ่า | 杀 | 12 |

ง

งง	发蒙，迷惑不解	8
งด	停止	5
งดงาม	美丽，绚丽	12
งานแสดง	展览会	6
งานอดิเรก(-เหรก)	业余爱好	11
งาม	美	13
เงิน	钱	1

จ

จน	穷	9
จน	直至	12
จนกระทั่ง	=จนถึง	12
จบ	毕业	7
จม	沉没	13

จอ	屏幕	11
จอง	预定	9
จะได้....	以便，好（怎么样）	6
จ้ะ	=ค่ะ（平辈之间或长辈对晚辈用）	3
จัง	=（作副词用的）จริง	3
จังหวะ	节奏	5
จังหวัด	府	4
....จัด	极……，特别，十分	6
จัด	举办，举行	13
จัด	（味道）浓烈	8
จัดการ	安排，处理	5
จัตุรัส(จัด-ตุ-หรัด)	方形广场	5
จับ	抓	12
จ่ายตลาด	上市场买菜	14
จำเป็น	必要，必须	6
จำพวก	类	3
จำหน้าได้	认得出（某人）	11
จิตใจ	心情，精神	11
จืด	淡	1
จุฬาฯ	=จุฬาลงกรณ์มหาวิทยาลัย 朱拉隆功大学	7
เจ้า	主人，所有者	8
เจ้าหน้าที่	工作人员，办事员	6
แจก	分发	9
แจว	桨，橹；荡桨，摇橹	13
โจ๊ก	（用碎米熬成的）粥	1
ใจ	心	12
ใจร้อน	心急，急躁，性急	12
ใจโหด	心毒，心狠手辣	12

ฉ

ฉบับ	份	1
ฉลอง	庆祝	7
ฉาก	幕，布景，场景	7
ฉีด	喷射；注射	14
เฉพาะ	光，仅，专为	14
เฉลี่ย	平均	2
เฉียง	斜，偏	6

ช

ชนิด	种类	1
ชม	观看，参观	13
ช่วงนี้	这段（时间、距离）	2
ชวน	诱引，吸引；邀请	11
ช่วยกัน....	一起……	6
ช่วยเหลือ	帮助	11
ช่อ(ดอกไม้)	（花）束	10
ช่อง	缝，豁口（此处指门洞）	5
ชอบใจ	喜欢，称心，高兴	10
ชั้นวางหนังสือ	书架	6
ชาติ	国家；民族	5
ชานชาลา	站台	4

ชาย	边缘	5
ชาวนา	农民	2
ชาวบ้าน	老百姓，乡亲	13
ชำระ	付（款）；还（债）	14
ชิม	尝，品尝	1
ชี้แจง	说明	6
ชีวิต	生命	10
ชีวิตความ- เป็นอยู่	生活	11
ชุก	（雨）多	2
ชุดประจำชาติ	民族服装	7
ชุดสากล	西装	7
ชุมสาย	电话总机，电话枢纽	6
ชู	举	12
เช่นเดียวกับ	如同……， 跟……一样	14
เช่า	租	8
เช้ามืด	凌晨	10
เชียงใหม่	清迈	4
เชียว	= ทีเดียว	9
เชื่อฟัง	听从	5
แช่เย็น	冰镇	14
โชคดี	幸好，运气好	10
ใช้ได้	行，可以	3
ใช้ทน	耐用，耐穿	1

ซ

ซวย	倒霉	4
ซองจดหมาย	信封	3
ซัมเมอร์	暑期班	9
ซาละเปา	包子（泰国人也称 馒头为ซาละเปา）	1
ซ้าย	左	5
ซ้ายมือ	左边	5
ซ้ำ	重复	1
ซีฟู้ด	海鲜	8
ซีอิ๊ว	酱油	1
ซึ่ง	（起说明作用的 结构助词）	4
ซึ่งกันและกัน	互相	11
ซึม	渗	14
ซุปเปอร์มาร์- เก็ต	超市	14
เซลเซียส	摄氏	2
โซฟา	沙发	4

ฐ

ฐานะ	地位，身份	10

ด

ดวง	枚	3
ดวง	颗	12
ด่วน	急的，紧急的	4
....ด้วย....ด้วย	又……又……	1
ด้อย	差，逊色	12
ด้อยพัฒนา	不发达	12

ดังกล่าว	上述，如上所述	14
ด้าน	方面	5
ด้าย	线	14
ดารา	明星	11
ดิน	土，地	2
ดินฟ้าอากาศ	天气，气候	2
ดิสโก	迪斯科	11
ดีพาร์ทเมนต์-สโตร์	百货公司	10
ดีอกดีใจ	=ดีใจ 高兴	6
ดูเหมือน	似乎，好像	6
เด็ก	小孩	1
เดา	猜测，揣测	7
เดิม	原来的	6
....เดียวกัน	同一的	10
โดย	（表示状态或方式的关联词）	6
โดยเฉพาะ	尤其是，特别是	4
โดยเฉลี่ย	平均	2
โดยทั่วไป	一般来说，总的来说	2
โดยมาก	大多	8
โดยสาร	乘（车、船、飞机）	4
ได้ข่าว	听说，得到消息	12
ได้ความ	（文章、讲话）达意，通顺	9

ต

ตกแต่ง	装饰，打扮	13
ต้น	棵（树的量词）	5
ต้น	开头，头，初	14
ต้นกล้วย	香蕉树干	13
ต้นไม้	树	5
ตบมือ	鼓掌	12
ต้ม	煮，烧，熬	1
ต้มเค็ม	红烧	1
ต้มยำกุ้ง	（泰式）酸辣虾煲汤	8
ตรง	径直	5
ตรงกัน	一致	9
ตรงกันข้าม	对面	5
ตระหง่าน	高耸，屹立，巍然	6
....ตลอด	一直	8
....ตลอดไป	永远，一直	12
....ตลอดมา	一直……	12
ตลอดเวลา	一直	14
ตลอดสาย	全程	4
ตลับ	盒	10
ตลาด(ตะ-หลาด)	市场	5
ตลาดสด	菜市场	14
ตลิ่ง	河岸的陡坡	13
ต่อ	换（车），倒（车）	4
ต่อ	转接	6
ต่อ	对（介词）	6
ต่อจากนั้น	接着，随后	2
ต่อไป	以后，往后	7
ต่อมา	后来	6

ต้อง	不得不，必须	4
ตอนนี้	= เวลานี้ 眼下，现在	4
ตอนหลัง ๆ	近来，后来	11
ตะโกน	（大声）喊叫	6
ตะขอ	钩子	6
ตะปู	钉子	14
ตะวันตก	西	5
ตะวันออก	东	5
ตะวันออก-เฉียงใต้	东南	6
ตั้ง	放，立	6
ตั้งใจ	决心	11
ตัด	拨	6
ตัด	砍去，去掉	12
ตัดเสื้อ	裁制衣服	14
ตัวผึ้ง	蜜蜂	8
ตัวเอก	主角	14
ตัวเอง	自己	8
ตั๋ว	票	4
ต่าง(ก็)....	都……	13
ตาม	各处（介词）	4
ตาม	跟，随；照，按；沿，顺	5
ตำรา	教科书，经典	14
ติด	挨着，连着	4
ติด	携带	2
ติด	（车）堵	10
ติดปาก	顺口	9
ติดสอบ	有考试，考试缠身	6
ติด ๆ กัน	连续，接连	2
ตีตั๋ว	打票，买票	4
ตุลาคม	十月	2
ตู้นอน	卧铺车厢	4
ตู้นิรภัย(-นิ-ระ-)	保险箱	6
ตู้ไปรษณีย์	邮筒，信箱	3
ตู้เย็น	冰箱	14
ตู้รถ	车厢	4
ตู้เสบียง	餐车	4
เต้น	跳（动），搏动	11
เต็ม	满	9
เต็มที่	尽力，全力	7
เตา	炉子	14
เตารีด	熨斗	14
เตาอบ	烤箱	2
เติม	添，加	1
เตือน	提醒	5
แต่	只	5
แต่ก่อน	以前，过去	6
แต่ละ	每（一）……	1
แต้จิ๋ว	潮州	
แตงโม	西瓜	1
แต่งตัว	打扮	1
โต	大；长大	8
โต๊ะเครื่องแป้ง	梳妆台	14
ไต่เขา	爬山	11

ใต้	南	6

ถ

ถนน	道路，马路，街道	5
ถอนเงิน	取款	3
ถัดไป	接下去的	9
ถ้าหาก	=ถ้า 如果	6
ถ่าน	炭；电池	14
ถามทุกข์สุข	问寒问暖	6
ถ่ายรูป	摄影	11
ถีบ	蹬，踏	11
ถึงแม้ว่า....ก็....	尽管，虽然，即使	7
ถือ	提	3
ถือ	持	12
ถือ	忌讳	8
ถือท้าย	掌舵	13
ถูก	碰上	13
ถูกใจ	合心意，中意，称心	12
ถูกปาก	合口味	1
เถียง	争论	10
แถว	一带	5
แถว	排，队列	13

ท

ทน	结实，耐用	1
ทน	忍受	9
ทหาร	军人	14
ท่อน้ำ	水管	14
ท้องฟ้า	天空	2
ทอด	炸	1
ทอน	找（钱）	9
ทะเล	海	5
ทัก	=ทักทาย	
	打招呼	12
ทั้ง....ทั้ง....	又……又……	8
ทั้ง....และ....	既……又……	4
ทันที	立即	5
ทับศัพท์	音译外来词	9
ทั่ว	全	4
ทั่วไป	一般，普遍	5
ทัศน์	观点，看法	5
ทา	涂，擦	14
ท่าน้ำ	码头	13
ทางบก	陆路	4
ทางด่วน	高速公路	10
ทางน้ำ	水路	4
ทางบ้าน	家里，家中	3
ทางมหาวิทยาลัย	校方	9
ทางม้าลาย	斑马线	5
ทางยกระดับ	高架路	10
ทางรถ	车道	10
ทางอากาศ	空中	4
ทาย	猜	6
ทำนา	种田	2
ทิวทัศน์	风景	9
ทิศ	方向	4
ทีเดียว	确实，极其	4

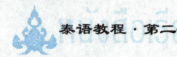

ที่แรก	起初	9
ทีหลัง	以后，下次	7
ที่	（起限制作用的结构助词）	4
ที่จริง	其实	2
ที่ทำการ	办公处，办事处	3
ที่ทำการไปรษณีย์	邮局	3
ที่นั่ง	座位	6
ที่ประชุม	会上	4
ที่อยู่อาศัย	住处	10
ทุกทิศทุกทาง	四面八方	4
ทุกวันนี้	如今，今天	6
ทุกข์	痛苦，苦难	6
ทุน	资本	8
เท่ากัน	相等	1
เท่านั้น	只，仅仅	1
เทียน	蜡烛	13
แท็กซี่	出租车	4
แทน	替代	9
แทบ	几乎	14
โท	二	7
โทร.	=โทรศัพท์ 电话；打电话	6
โทรศัพท์ทางไกล	长途电话	6
โทษ	罪；怪罪	5

ธ

ธง	旗	5
ธนาคาร	银行	7
ธนาณัติ	汇款	3
ธรรมชาติ(ทำ-มะ-ชาด)	自然	12
ธรรมดา	平常	3
ธันวาคม	十二月	2
ธุรกิจ(ทุ-ระ-กิด)	事务，生意	4
ธูป	香	13

น

นก	鸟	10
นกหวีด	哨子	13
นม	奶	14
นโยบาย	政策	5
นวนิยาย(นะ-วะ-นิ-ยาย)	小说	4
นอกจาก....แล้ว ยัง....อีกด้วย	除了……还……	4
นอง	漫溢	13
น้องแก้ว	心爱的妹妹	13
....น้อยใหญ่	大大小小的……	14
นัก	太，极	3
นักกฎหมาย	法学家	11
นักการเมือง	政治家	11
นักการศึกษา	教育家	10
นักกีฬา	运动员	11
นักเขียน	作家	10
นักดนตรี	音乐家	11

นักดื่ม	酒鬼	11
นักท่องเที่ยว	旅行家	11
นักบิน	飞行员	11
นักประพันธ์	=นักเขียน	11
นักรบ	战士	11
นักวิชาการ	学者	10
นักวิทยาศาสตร์	科学家	11
...นักหนา	十分，非常	6
นัด	约定	5
นับ	数，算	14
นับถือ	钦佩	10
นา	水田	2
นานา	各种各样	10
น่า	令人；值得	2
น่าเที่ยว	好玩	4
นาง	女子，女士	12
นางฟ้า	仙女	12
นานเข้า	时间一久	9
นำ	领；拿去（做……）	13
น้ำตาล	糖	1
น้ำปลา	鱼露	1
น้ำพริก	辣椒酱	1
น้ำลาย	口水	8
น้ำส้ม	醋；橘子水	1
น้ำส้มสายชู	醋	1
น้ำหมึก	墨水	10
น้ำหอม	香水	14
นิด	一点儿	5
นิทรรศการ(นิ-ทัด-สะ-)	展览会	6
นิยม	喜爱；习惯	8
นิยมชมชอบ	= นิยม	13
นิสัย	习性，脾性	5
นิสิต	大学生	7
นึกว่า	以为	6
เนิ่น ๆ	早些，及早	12
เนื้อ	肉；牛肉	14
เนื้อสัตว์	（动物的）肉	5
เนท	网络	11
แน่ใจ	有把握	11
แน่นอน	肯定，当然	9
แน่น	拥挤	4
แนะ	指点	5
แนะนำ	介绍	7
โน้ต	记事便条；在便条上记下	6
....ในตัว	本身就……；同时还……，	4
“ในน้ำมีปลา ในนามีข้าว”	（是）“鱼米之乡”	3

บ

บก	陆地	4
บ่น	埋怨，唠叨	6
บรรทัด	行	14
บรรเทา	减轻	10

บริการ (บอ-ริ-กาน)	服务	3
บริเวณ	范围	14
บริเวณเดียวกัน	同一个范围	14
บะจ่าง	肉粽	8
บะหมี่	面条	1
บังคับ	强迫	12
บังเอิญ	碰巧，偶然	3
บัตร	卡片	13
บาท	铢（泰币单位）	6
บ้านเกิด	故乡	2
บำรุง	补养，滋养	14
บุญ	功德，善行	13
เบิกบาน	喜悦，愉快	11
เบียร์	啤酒	11
เบียด	挤	4
เบื้องต้น	初级，初步	9
แบบ	式样	3
แบบอย่าง	榜样	9
ใบ	张（量词）	1
ใบตอง	蕉叶，芭蕉叶	13
ใบไม้	树叶	2

ป

ปกติ	=ปรกติ 平常	11
ปฏิบัติ	执行；遵守	11
ประกวด	赛，比赛	7
ประกาย	光亮，闪闪的光亮	12
ประกาศ	布告	5
ประกาศ	宣布	10
ประชาชน	人民	4
ประดับ	点缀，布置	5
ประเทศกำลังพัฒนา	发展中国家	10
ประเทศด้อยพัฒนา	不发达国家	12
ประเภท	类，小类	8
ประมาณ	大约	2
ประโยชน์(ประ-โหยด)	利益，益处	1
ประหยัด	节约	6
ปรากฏ	发现，出现	6
ปรากฏการณ์(ปรา-กด-ตะ-การ)	现象	12
ปริญญา	学位	7
ปริญญาโท	硕士学位	7
ปลดแอก	解放	2
ปลอดภัย	安全	4
ปล่อย	放	8
ปลาย	末	9
ปลายภาค	期末	9
ปลิว	飘扬，飞扬	5
ป.อ.	=รถเมย์-ปรับอากาศ 空调车	10
ป้อน	喂	9
ปัก	插	5
ปัจจุบัน	目前，当前	6

ปิด	贴，张贴	5
ปิด	关，闭	9
ปิดภาค	放假	9
ปิดภาคฤดูร้อน	放暑假	9
ปุ่ม	钮，键	6
เป็นต้น	等等	4
เป็นประโยชน์	有益	1
เป็นร้อย ๆ	成百	9
เป็นระเบียบ	整齐	1
เปรียบเทียบ	比较	10
เปรี้ยว	酸	1
เป่า	吹	13
เปิดเผย	公开	10
แป้ง	粉	14
แป๊บเดียว	一会儿	4
แปลก	奇怪，奇异	9
แปลกใจ	奇怪	6
โป๊ะไฟฟ้า	灯罩	14
ไปด้วยคน	（我）也去，加（我）一个	8
ไปไหนมาไหน	（泛指）出门，上什么地方	2
ไปรษณีย์(ไปร-สะ-นี)	邮政	3

ผ

ผงชูรส	味精	1
ผนัง	墙壁	4
ผล	结果；成绩	1
ผล	成果	2
ผลิ	萌（芽），长（叶）	2
ผัด	炒	1
ผ้าห่ม	= ผ้าห่มนอน 被子	3
ผ่าน	经过	4
ผิดกัน	不同	5
ผิดกันทีเดียว	极不相同	5
ผิว	表面；表皮	13
ผิวน้ำ	水面	13
ผึ้ง	蜜蜂	8
ผู้	人，者	3
ผู้เขียน	作者	10
ผู้คน	人们	5
ผู้ใช้แรงงาน	劳动者	5
ผู้โดยสาร	乘客	4
ผู้แทน	代表	6
ผู้นำ	领导人	14
ผู้รับ	收件人	3
ผู้ส่ง	发件人	3
ผู้ใหญ่	大人，成年人	7
เผ็ด	辣	1

ฝ

ฝรั่ง	洋的；洋人	4
ฝั่ง	岸	5
ฝากเงิน	存款，存钱	3

ฝ้าย	棉花	8
ฝีมือ	手艺	7

พ

พนักงาน	职员，职工	6
พร้อมกัน	同时，一起	3
พร้อมกับ....	同时	12
พระ	僧侣	13
พระจันทร์	月亮	13
พระจันทร์เต็มดวง	满月（名）	13
พฤศจิกายน(พรึด-สะ-จิก-กา-ยน)	十一月	2
พฤษภาคม(พรึด-สะ-)	五月	2
พลเมือง(พน-ละ-)	公民；民用的	5
พลังงาน	动力	10
พลาด	失误	5
พลาดไปนิด ฉลาดขึ้นหน่อย	吃一堑，长一智	5
พอ....ก็....	一……就……	12
พ่อค้า	（男）商人	8
พ่อค้าแม่ค้า	（笼统的）商贩	8
พอใช้ได้	还可以，还行	7
พอไปได้	还可以，还过得去	4
พ่อครัว	厨师，炊事员	1
พัง	倒塌；垮	9
พัฒนา(พัด-ทะ-นา)	发展	10
พัด	吹，扇	12
พัดลม	电扇	14
พันธุ์	品种	1
พัสดุฯ	=พัสดุภัณฑ์(พัด-สะ-ดุ-พัน) 包裹	3
พา	带领	5
พากัน	相率	13
พาย	划（船）	5
พายุ	大风，狂风	2
พิการ	残疾	13
พิจารณา(พิ-จา-ระ-นา)	考虑	14
พิพิธภัณฑสถาน(พิ-พิด-ทะ-พัน-ทะ-)	博物馆	5
พิเศษ	特别的	13
พิมพ์	印刷，出版	10
พิมพ์	印，打印	11
พึ่ง	= เพิ่ง刚	10
พื้นฐาน	基础	9
พุทธมณฑล	佛城（地名）	10
เพราะเหตุนี้เอง	正因为如此，正是这个原因	10
เพลงลูกกรุง	城市歌曲	5
เพลงลูกทุ่ง	乡村歌曲	5
เพลิน	愉悦	11

เพลินตาเพลินใจ	赏心悦目	11
เพลีย	疲乏，困乏	14
เพิ่ม	增加	4
เพิ่มเติม	增加	7
เพื่อนกินหาง่าย เพื่อนตายหายาก	酒肉朋友好找，生死之交难寻	8
เพื่อนสนิท	亲密的朋友	12
แพ	筏子	13
แพร่หลาย	普遍，普及；流行	6
แพรวพราว	闪闪发光，发亮，闪烁	12

ฟ

ฟรี	自由；免费	4
ฟ้า	天	2
ฟ้าผ่า	霹雳，电击	12
ฟ้าร้อง	打雷	12
ฟ้าแลบ	闪电，打闪	12
แฟน	对象，男朋友，女朋友	7
แฟน....	……迷	11
แฟนลูกหนัง	足球迷	11
ไฟฉาย	手电	14
(สอบ)ไฟเนอล์	期末考试	9

ภ

ภาค(เรียน)	学期	9
ภาคต้น	上学期	9
ภาคใต้	南方，南部	8
ภาคปลาย	下学期	9
ภาพ	图像	5
ภาพการ์ตูน	卡通，漫画，连环画	14
ภาพยนตร์	电影	11
ภายใน	内部	6
ภาษาบาลี	巴利文	7
ภาษาศาสตร์	语言学	5
ภาษาสันสกฤต	梵文	7
ภูเขา	山	1
ภูมิใจ(พูม-ใจ)	自豪	8

ม

ม.	= มัธยมศึกษา 中学	14
มกราคม	一月	2
มณี	红宝石	12
ม่วง	紫	7
มหาศาลาประ-ชาคม	人民大会堂	4
มอง	望	13
มองเห็น	望见，看见	13
มอบ	交给，委托	9
มะเขือเทศ	西红柿	1

มะระ	苦瓜	1
มัธยม(มัด-ทะ-)	中学	2
มัธยมต้น	初中	2
มัวแต่....	只顾着……	7
(สอบ)มิดเทอม	期中考试	9
มิตรภาพ(มิด-ตระ-พาบ)	友谊	5
มิถุนายน	六月	2
มีด	刀	14
มีนาคม	三月	2
มุม	角	5
เมขลา(เมก-ขะ-หลา)	媚卡拉，海神，闪电女神	12
เมฆ	云	12
เมตร(เม็ด)	米，公尺	4
เมล์ธรรมดา(-ทำ-มะ-ดา)	平信	3
เมษายน	四月	2
เมา	晕（车、船、飞机）；醉	4
เมื่อกี้	刚才	6
เมื่อสักครู่	刚一会儿	6
เมือง	国家；城市	3
เมืองหลวง	首都	10
แม่ค้า	（女）商贩	8
แม่น้ำ	江，河	4
แม้....ก็....	尽管，虽然，即使	7
โมโห	发脾气，发火	12
ไมโครเวฟ	微波炉	14
ไม่งั้น	不然的话	10
ไม่....นัก	不太……，不十分……	3
ไม่แพ้	不比……差	9
ไม่มีวัน(จะ)....	永远不……	10
ไม่สบายใจ	不痛快，不愉快	12

ย

ยก	提，举，抬	6
ยอม	愿意	12
ยอมรับ	承认	10
ย่อม	必然	11
ยักษ์	妖魔；巨人	12
ยาระงับปวด	止痛药	6
ยารักษาโรค	药品	10
ยากจน	贫穷	9
ยาม	看守，警卫	6
ย้าย	迁，搬（家）；调动（工作）	6
ย้ายที่	挪动地方	10
ยิ่ง	更	8
ยินดี	高兴，乐意	11
ยิ้ม	微笑	12
ยี่ห้อ	字号，商标	8
ยุ่งยาก	难，棘手	4
เย็บ	缝	13

เยอะแยะ	多	11
เยื้อง	斜对面	5
เยือน	访问	1
แย่ง	抢夺	12
แยะ	多	9
โยน	抛	12

ร

รถติด	堵车	10
รถประจำทาง	公共电、汽车	4
รถไฟ	火车	3
รถไฟใต้ดิน	地铁	4
รถไฟฟ้า	电车	4
รถไฟฟ้า	（曼谷的）高架铁路	10
รถเมล์	公共汽车	4
รถยนต์	汽车	3
รบกวน	打扰，麻烦	3
ร่วง	凋落，脱落	2
รวดเร็ว	迅速	10
รวม	集中	13
ร่วมมือ	合作，协同	7
รส	滋味，味道	1
รสชาติ	滋味，味道	6
รอง	垫	13
รอง	副的，其次的	10
ร้อง	叫，喊	6
ร้องไห้	哭	14
ร้อนอ้าว	=ร้อนอบอ้าว 闷热	2
รอบ	周，圈	5
รอบ	场，轮（量词）	13
รอบคอบ	周到，周全	12
รอบปี	周年	2
รอย	痕迹	1
ระดับ	水平	10
ระเบียบ	规章，制度	6
ระลอก	小的波浪	13
ระหว่าง	之间	6
ระหว่างทาง	路上，途中	6
รัก	爱	11
รังเกียจ	嫌弃	8
รัฐบาล	政府	14
รับ	收，接，取	3
รับสาย	接电话	6
รางวัล	奖	9
ร้านเนท	网吧	11
ร้านมิตรภาพ	友谊商店	5
ร้านสรรพสินค้า (-สับ-พะ-)	百货商店	5
รามสูร(ราม-มะ-)	拉玛苏，雷公	12
รายงาน	报告，汇报	10
ร้าย	坏，恶劣	8
ริม	边，沿，畔	5
รีบ	赶紧	4
รุ่น	届，辈	10
รู้จักตัว	认识（叫那个名字的）本人	6

รู้ตัว	发觉，觉察	11
รูป	图，画	14
รูป	= รูปถ่าย	9
รูปถ่าย	照片，相片	6
รูปร่าง	形体，个头	1
เรียงความ	作文	7
เรียนเพิ่มเติม	进修	7
เรียนสาย	请……接电话	6
เรือ	船	4
เรือแจว	用橹、桨划动的船	13
เรื่อย	不断的	4
แรก	首……，第一	5
แรง	有力，强劲；力量，力气	1
โรงแรม	饭店，宾馆	5
โรงละคร	剧院	5

ฤ

ฤดูใบไม้ผลิ	春天	2
ฤดูใบไม้ร่วง	秋季	2

ล

ลง	= ลงทะเบียน 注册	9
ลงมือ	动手，着手	12
ลงแรง	下功夫，花力气	9
ลงวิชา	选课	9
ลบ	减；零下	2
ลมแรง	风大	1
ล่ม	（船）翻	13
ล่วงหน้า	提前	6
ลวด	铁丝	14
ล่อ	引诱	12
ล่อหลอก	逗引，诱惑	12
ล้อเล่น	逗着玩	10
ล้อม	包围	14
ลอย	漂，飘，浮	5
ลักษณะ	性质	11
ล้าหลัง	落后	11
ล้างหน้าล้างตา	= ล้างหน้า	4
ลาน	院子	1
ลำ	架；艘（量词）	1
ลำบาก	困难	6
ลำปาง	喃邦	4
ลิปสติค	口红	14
ลือชื่อ	驰名，闻名	13
ลุกขึ้น	起来	4
ลูก	座（山的量词）	1
ลูก	浪头的量词	13
ลูกค้า	顾客	8
ลูกค้าประจำ	常客，固定的顾客	8
ลูกชิ้น	丸子	1
ลูกหนัง	皮球，足球	11
เลย	因此	4
เลย	过，超过，经过	5
เลวร้าย	恶劣	8
เลิกงาน	下班	4

เลี้ยง	请吃饭	13
เลียบ	顺着边（或岸）走	5
เลี้ยว	拐弯	4
เลือก	挑选	7
เลื่อน	推迟（日程）；移动（物品）	6
แล้ง	旱	2
แล่น	驶，驰，航行	5
โลหะ	金属	11
ไล่	追，赶，驱逐	12

ว

วงเวียน	环岛	5
วรรณคดี(วัน-นะ-คะ-ดี)	文学	10
ว่องไว	敏捷	12
วัฒนธรรม(วัด-ทะ-นะ-ทำ)	文化	5
วัด	寺庙	13
วันเกิด	生日	10
วันขึ้นปีใหม่	元旦	9
วันคริสต์มาส	圣诞节	9
วันงาน	节日	5
วันชาติ	国庆节	11
วันเด็ก	儿童节	1
วันเพ็ญ	望日，月圆之日	13
วันสงกรานต์	宋干节	7
วัว	黄牛	5

วาด	画（动词）	7
วาดเขียน	画（动词）	7
วานซืน	前天	14
วิจัย	分析，研究	14
วิจิตรศิลป์(วิ-จิด-สิน)	美术	5
วิชาการ	学术	10
วิชาโท	副修课	7
วิดีโอเทป	录像带	10
วิตามิน	维生素	14
วิธี	方法	9
วีรชน(วี-ระ-ชน)	英雄	5
วิว	风景	4
แว่นตา	眼镜	7
แวะ	顺路，顺便	1
ไวยากรณ์	语法	9
ไวโอลิน	小提琴	11

ศ

ศาสตราจารย์	教授	13
ศิลปศาสตร์	人文学科	12
ศูนย์	零	6
เศรษฐกิจ	经济	12
เศรษฐศาสตร์	经济学	9
เศษ	剩下的，余下的	4

ส

สกรู	螺丝钉	14

ส.ค.ส.	=ส่งความสุข 贺年；贺年片	3
สแควร์	广场	5
สงขลา	宋卡	4
สดชื่น	舒畅，愉快	11
สตรี(สะ-ตรี)	妇女	14
สตางค์	钱	9
สถานที่	场所，地方	5
สถานี	站	3
สถาบัน	院，所	11
สถาบันค้นคว้า	研究所	11
สนามบิน	机场	14
สนุกสนาน	（玩得）痛快，开心	13
สบายใจ	（心里）舒坦	12
สภาพ	情况	9
สมบัติ	财富	11
สมัคร	自愿；报名	10
สมัครใจ	自愿	9
สมัย	时代，时期	10
สรรพสินค้า	百货	5
สวนสาธารณะ (-สา-ทา-ระ-นะ)	公园	5
ส่วนใหญ่	大多数	6
สวยงาม	美丽	7
๒ยาม	午夜	14
ส่อง	照射	13
สอบซ่อม	补考	9
สะพาน	桥	5
สะพานลอย	天桥，立交桥	5
สะเพร่า	毛毛糙糙，粗心大意	9
สะสม	积累；收集	11
....สักที	一次，一回	12
สังเกต	注意	9
สั่ง	点（菜）	8
สัญญา	合同	8
สัญญาณ	信号	6
สัตว์	动物	10
สากล	国际	7
สาขา	分支	6
สาขาวิชาภาษาไทย	泰语专业	6
สามแยก	三岔路	5
สามารถ(-มาด)	能够	13
สาย	条，路（公共车辆）	4
สาย	线；线路	6
สายไฟ(ฟ้า)	电线	14
สำเนียง	语音，口音	8
สำเร็จ(สำ-เหร็ด)	成功，完成	7
สำเร็จรูป	现成的，做好了的	14
สำหรับ	为，专为，供……用的	3
สิงหาคม	八月	2
สิ่ง	东西，物品	5

สินค้า	商品	4
สีคราม	深蓝色	3
สี่แยก	十字路口	5
สื่อสาร	通信	6
สุข	幸福	6
สุขใจ	心情欢畅	13
สุขสบาย	幸福	2
สุด	尽头，极顶	2
สุดท้าย	最后	6
สุดฝีมือ	竭尽全力，使出浑身解数	13
สุนัข	狗	10
เส้นทาง	线路	10
เสริมสวย	美容	14
เสียใจ	遗憾；伤心	8
เสียดาย	遗憾，可惜	4
เสียที	一下	2
เสื้อโค้ต	= เสื้อโอเวอร์โค้ต 大衣	6
เสื้อผ้าสำเร็จรูป	成衣	14
แสง	光，光线，光亮	12
แสดงความเคารพ	表示敬意	12
แสดงความยินดี	表示欢迎；表示祝贺	11
แสดงว่า	表明	6
โสต	耳朵	5
โสตทัศนศึกษา (โสด-ทัด-สะ-นะ-)	视听教学	5

ใส่	穿，戴	7

ห

หญ้า	草	5
หน	次	2
หนวกหู	闹人	12
หน่วยกิต	学分	9
หน่อยหนึ่ง	一点儿	6
หนังสือคู่มือ	工具书	13
หนังสือเรียน	课本，教材	13
หนังสือพิมพ์-รายวัน	日报	14
หนังสืออ่านเล่น	消遣类书籍	14
หนา	厚	1
หน้า	页	11
หน้าตา	长相，相貌	1
หน้าปัด	表盘，转盘	6
หนุ่ม	小伙子	10
หมวก	帽子	5
หมากล้อม	围棋	14
หมายจะ	意欲，想要，企图	12
หมายถึง	意思是，指的是	9
หมายเลข	号码	6
หมี่ซอง	袋装面，方便面	8
หมุน	转，拨（电话）	6
หมู	猪；猪肉	1
หมูต้มเค็ม	红烧肉	1
หมู ๆ	很容易的	8

หยิบ	取，拿	7
หรือยังไง	是不是……	2
หลบ	躲避，闪避	12
หลบหลีก	躲避，闪避	12
หลอก	欺骗	12
หลอดไฟ(ฟ้า)	灯泡	14
หลัก	原则	5
หลักนโยบาย	政策，纲领	5
หลากหลาย	多种多样，五花八门	8
หลายต่อหลายครั้ง	=หลายครั้ง 许多次，好多次	6
หลีก	躲让，避让	12
หวงรัก	珍爱	10
ห่วง	担心，担忧，挂念	6
หวัง	希望	8
หวาน	甜	1
หอ	= หอพัก	7
หอประชุมประชาชน	人民大会堂	4
หอวิจิตรศิลป์	美术馆	5
หอสมุด	图书馆	6
หอม	香	1
หัน	转身	7
หัวค่ำ	傍晚，天擦黑时	14
ห้าง	商行	5
ห้างสรรพสินค้า	百货公司	5
ห้าม	禁止	2
หาย	消失，不见	2
หายใจ	呼吸	14
หายไปไหน	上哪去了？怎么见不着（你、他）了？	2
หิน	石头	5
หิมะ	雪	1
หุงข้าว	做饭	8
หู	=หูฟัง 耳机，听筒	6
เหงา	寂寞	6
เหงื่อ	汗	14
เหตุ	原因	10
เห็นด้วย	同意	5
เห็น(ว่า)	认为	6
เห็นหน้ากัน	见面	4
เหนือ	北	12
เหล็ก	铁	14
เหลือ	剩	4
เหลือเกิน	太，极	2
เหลือง	黄	5
เหอะ	= เถอะ	3
เหาะ	飞，飞腾	12
แห่	结队行进	13
แห่ง	（结构助词）	5
แห้ง	干	2
แห้งแล้ง	干旱	2
แหม(แหฺม)	表示惊叹、赞叹、遗憾等的叹词	7
แหวก	排开，分开	12

โหด	狠毒，残忍	12
โหล	打（十二个）	11
ไหน	哪儿	3
ไหล	流	8
ไหว	（……得）动；可以忍受	3

อ

อธิการบดี(อะ-ทิ-กาน-บอ-ดี)	（大学）校长	10
อธิบาย	讲解，解释	9
อนึ่ง	另外，又，再者	14
อนุสาวรีย์(อะ-นุ-สาว-วะ-รี)	纪念碑	5
อภิปราย	讨论	2
อย่าง....	……地	4
อย่างไรก็ตาม	无论如何，不管怎样	4
อย่างว่า	如同所说的那样	5
ออก	（表示分离或出现的趋向动词）	1
ออก	出版	14
ออกพรรษา	解夏	13
อ่อนหัด	稚嫩	11
อ้อม	绕行	5
อะไรเหล่านี้	……什么的	14
อัตโนมัติ(อัด-ตะ-)	自动	6
อัน	个（量词）	14
อาคาร	大楼，大厦	5
อาคารการบิน-พลเมือง	民航大楼	5
อาวุธ	武器	12
อาศัย	寄居，住	7
อาศัย	依靠，借助	10
อาหารการกิน	饭食，伙食	1
อาหารสด	生鲜食物	14
อาหารฝรั่ง	西餐	4
อ้าว	＝อบอ้าว（天气）闷热	2
อำเภอ	县	13
อี.เอ็ม.เอส.	＝EMS 邮政快件	3
อีกที	再一次	6
อีสาน	东北	1
อุดรฯ	乌隆	4
อุดมสมบูรณ์	富饶，丰富	2
อุ่น	温暖	2
อุบลฯ	乌汶	4
อุโมงค์	地道，隧道	13
เอก	一	7
เอกภาษาจีน	主修汉语	7
เอเชีย	亚洲	6
เอเชียตะวันออก-เฉียงใต้	东南亚	6
เอ๊ย	（叹词）	9
เอ๊ะ	唉	3

เอาอย่าง	向……学习	9	ไอศกรีม	冰淇淋	14
เอียง	倾斜	13			
โอกาส	机会	9		ฮ	
โอ้โฮ	（表示惊讶的叹词）	7	ฮิต	……热	7
โอ๊ย	哎哟	4			